Hubballi Poetry Festival 2025

Hubballi Poetry journal is a refined anthology of the finest multilingual poetry, curated by the editorial team from the **Hubballi Poetry Festival 2025.**

Hubballi Poetry Journal

Volume 1, 2025

An Annual Journal by Hubballi Book Club

ISBN : 978-81-961180-5-1
Volume 1, 2025 (Paperback / softback)
Price: ₹399

Typesetting and design by : Reacxn Digital, Hiriadka

Published & Printed by :
Rostrum Diaries – Unit of GubbiBoo Ventures Private Limited
Printed in India.

Disclaimer

All poems published in the Hubballi Poetry Journal – Collection of Best Poetries from the Hubballi Poetry Festival 2025 have been submitted directly by the respective participants. The Festival Organizing Team and the Hubballi Poetry Book Club are not responsible for any copyright violations, plagiarism, or intellectual property disputes arising from the published content.

Written consent has been obtained from all participants prior to publication. In the event of any discrepancy, conflict, or copyright-related issue, the respective participant/author will be held solely responsible.

This journal has been published in good faith, with the intention of promoting poetry and providing a platform for writers. No fee was collected from participants for participating in the festival. Participation was completely free, and those who wished to have their poetry published (which was not mandatory) have given their consent and purchased the e-book at their own will and cost.

Preface

Poetry is not merely a form of expression — it is the heartbeat of emotion, experience, and imagination. The *HubballiPoetry Journal* was envisioned as a space where voices from across regions, languages, and generations could unite through verse.

This annual anthology celebrates poets who find beauty in everyday moments and courage in their vulnerability. Each poem within these pages is a reflection of thought, culture, and creativity that defines Belagavi's growing literary spirit.

As we continue this journey, our purpose remains simple yet profound — to create a lasting home for poetry, nurture emerging voices, and contribute to the literary identity of our region. We thank every poet who trusted us with their words and every reader who keeps poetry alive through appreciation and dialogue.

Hubballi Poetry Journal emerges from a simple conviction: that poetry — honest, daring, and heart-forward — transforms communities. This anthology gathers the finest voices heard at the Hubballi Poetry Festival and beyond, threading together work by seasoned poets and fresh, emerging talents. In these pages you will find poems that reflect place and passage, memory and longing, everyday wonder and urgent questioning. Each piece has been chosen for its craft, its resonance, and its capacity to open conversation. More than a record of an event, this Journal is a living archive of Belagavi's evolving literary spirit — an invitation to readers and writers to witness, celebrate, and carry forward the region's rich creative energy.

— Editorial Team
Hubballi Book Club

Hubballi Book Club & The Hubballi Poetry Journal

Hubballi Book Club is a literary collective dedicated to cultivating a culture of reading, writing, and artistic dialogue in North Karnataka. Through book readings, open mics, workshops, and festivals, the Club has become a platform for writers, poets, and readers to connect meaningfully.

The Hubballi Poetry Journal is the club's flagship annual publication — a curated anthology that brings together the finest poetic voices from across India and beyond. The idea behind the journal is rooted in inclusivity and artistic authenticity, offering emerging poets a chance to be published alongside established names.

Each edition of the journal serves as both a creative archive and a cultural bridge, representing the evolving language of poetry and the spirit of the twin cities - Hubballi & Dharwad as a literary hubs.

— *Editorial Team*
Hubballi Book Club

Partners & Collaborators

We gratefully acknowledge the support and collaboration of our institutional partners, whose encouragement and involvement help us nurture young literary talent.

Academic & Cultural Partners:

- GIT (KLS Gogte Institute of Technology), Belagavi
- KLE Society's Institutions

Their partnership strengthens our mission to celebrate poetry, empower creative youth, and promote Belagavi as a thriving center for art and literature.

Poetry Catalogue

Section - Kannada

Poetry Catalogue

Section - Kannada

Poetry Catalogue

Section - Kannada

Poetry Catalogue

Section - Hindi

Poetry Catalogue

Section - English

Poetry Catalogue

Section - English

Kannada Poetry Collection

ನಿರ್ವಹಕರ ನುಡಿ

ಹುಬ್ಬಳ್ಳಿ ಪೋಯೆಟ್ರಿ ಫೆಸ್ಟಿವಲ್ಲಿಗೆ ಬಂದ ಒಟ್ಟು ಕವಿತೆಗಳ ಸಂಖ್ಯೆ 183. ಸ್ಪರ್ಧೆಯ ನಿಯಮಗಳನ್ನು ಸಪ್ಪಾ ಬಹಳ ಸ್ಪಷ್ಟವಾಗಿ ನಮೂದಿಸಿದ್ದರೂ ಬಹಳಷ್ಟು ಸ್ಪರ್ಧಿಗಳು ಅದನ್ನು ಕಟ್ಟುನಿಟ್ಟಾಗಿ ಪಾಲಿಸಲು ಹೋಗಿಲ್ಲ ಎನ್ನುವುದು ಎದ್ದು ಕಾಣುವ ಸತ್ಯ. ಒಂದೋ ಕವಿತೆಗಳು ಅತಿ ಚಿಕ್ಕವು ಅಥವಾ ಸಾಲುಗಳ ಮಿತಿ ಮೀರಿದವು. ಹಾಗಾಗಿ ಕವಿತೆಯ ಸಾಲುಗಳಿಗಿಂತ ಗುಣಕ್ಕೆ ಮಹತ್ವ ಕೊಡಬೇಕಾಯಿತು. ಇನ್ನೊಂದು ಅಡ್ಡಿಯೆಂದರೆ ಕಾಗುಣಿತ ದೋಷ. ಹೆಚ್ಚಿನ ಕವನಗಳಲ್ಲಿ ಒಂದಿಲ್ಲೊಂದು ರೀತಿಯ ಕಾಗುಣಿತ ದೋಷಗಳು ಕಂಡು ಅವನ್ನೂ ಕೂಡ ಗಂಭೀರವಾಗಿ ಪರಿಗಣಿಸಿದರೆ ಸ್ಪರ್ಧೆಯ ಫಲಿತಾಂಶವನ್ನು ಘೋಷಿಸುವುದು ಇನ್ನೂ ಕಷ್ಟವಾಗುತ್ತಿತ್ತು. ಹಾಗಾಗಿ ಅವೆರಡು ಅಂಶಗಳನ್ನು ನೆನಪಿನಲ್ಲಿಟ್ಟುಕೊಂಡೇ ಬಂದ ಕವಿತೆಗಳು ಉತ್ತಮವೆನಿಸಿದ ಮೊದಲ, ಇಪ್ಪತ್ತು ಕವಿತೆಗಳನ್ನು ಅರಿಸಲಾಯಿತು.

ಸುಶೀಲೇಮ್ಮ ಕುಂದರಗಿ ಕಾವ್ಯರಚನೆಯಲ್ಲಿ ಪರಿಣತರು. ತಮ್ಮ "ಅಗ್ನಿಶಿಖೆ"ಯಲ್ಲಿ ಪ್ರೀತಿಯನ್ನು ಸುಟ್ಟ ಅಗ್ನಿ ಶಿಖೆಯ ಉಗ್ರತೆಯನ್ನು ಹೇಳುತ್ತ "ತನ್ನವರ ಕುಲುಮೆಯಲಿ ಕರಕಲಾದ ಸಂಬಂಧದ ಅನಲ" ಎಂದಿದ್ದಾರೆ. ಕೆಲವು ಸಾಲುಗಳು ಬಲು ಸಶಕ್ತವಾಗಿವೆ. ಕವಿಯ ನೋವನ್ನು ಗಾಢವಾಗಿ ವ್ಯಕ್ತಪಡಿಸುವ ಈ ಕವಿತೆಯ ಒಟ್ಟಾರೆ ಪರಿಣಾಮ ಉತ್ತಮವಾಗಿದೆ.

ಬಯಲಿಗೆ ಬಿದ್ದ ಭಾವ ಎಂಬ ಕವಿತೆಯಲ್ಲಿ
ರೇಣುಕಾತಾಯಿ ಸಂತಾಬಾ ಅವರಿಗೆ ನಿರ್ದಯವಾಗಿ ನುಡಿನುಡಿಸಿ ವೀಣೆಯನ್ನು ಪೀಡಿಸುವ ಪರಿ ನೋವು ಹುಟ್ಟಿಸುತ್ತದೆ. ವೀಣೆಯನ್ನು ಇಲ್ಲೊಂದು ಪ್ರತಿಮೆಯಾಗಿಟ್ಟುಕೊಂಡು ಮನುಷ್ಯರ ಜೀವನಕ್ಕೆ ಇದನ್ನು ಅಳವಡಿಸಿ ನೋಡಿದರೆ ಕವಿ ತುಂಬಾ ಕೌಶಲ್ಯಪೂರ್ಣವಾಗಿ ಶೋಷಣೆಯ ಕಥೆ ವ್ಯಥೆ ಯನ್ನು ವ್ಯಕ್ತಪಡಿಸಿದ್ದಾರೆ.

ಮೋಕ್ಷ ಎಂಬುದು ಸಂಧ್ಯಾ ಬಾದಾಮಿಯವರ ಒಳ್ಳೆಯ ಕವಿತೆ. ಕಾಯಭಾವದಿಂದ ಮೋಕ್ಷ ಭಾವದತ್ತ ಹೊರಟ ಪಯಣವಿದೆ.

ಜ್ಞಾನಯೋಗಿ ಸಿದ್ಧೇಶ್ವರ ಎಂಬ ಕವಿತೆಯಲ್ಲಿ
ಎಂ ಎಚ್ ಹಳ್ಯಾಳ ಕೋಳೂರು ಅವರು ಸಿದ್ಧೇಶ್ವರ ಸ್ವಾಮೀಜಿಯವರ ಕುರಿತು ಬಂದ ಕವಿತೆ. ಈ ವಸ್ತುವನ್ನಿಟ್ಟುಕೊಂಡ ಹಲವು ಕವಿತೆಗಳು ಬಂದರೂ ಅರ್ಥಪೂರ್ಣ ಸಾಹಿತ್ಯ ಹಾಗೂ ಗೇಯಗುಣವಿರುವ ಕಾರಣ ಇದನ್ನು ಪರಿಗಣಿಸಬಹುದಾಗಿದೆ.

ಪ್ರಣವ ಧ್ವನಿ ಗಂಭೀರ ಭಾವದ ಘನ ಸಾಹಿತ್ಯವುಳ್ಳ ಧ್ವನಿ ಪೂರ್ಣ ಕವಿತೆ

ಬಿಂದು ಆರ್ ಡಿ ಅವರ ಕರ್ನಾಟದೇಶದ ಪೊಗಳ್ತೆ
ಹಳಗನ್ನಡದಲ್ಲಿರುವ ಸುಂದರ ಅಭಿವ್ಯಕ್ತಿ.

ಸೋಜಿಗ ಡಾ. ರಾಜಕುಮಾರ್ ಎಸ್ ಪಾಟೀಲ್ ಅವರ ವಿಶಿಷ್ಟ ಕವಿತೆ. ಮನುಷ್ಯ ಸ್ವಭಾವ ಹಾಗೂ ನಿಸರ್ಗದ ವೈಚಿತ್ರ್ಯ ಗಳು ಅವರನ್ನು ಸೆಳೆದಿವೆ.
"ಭೀಕರ ಕಣ್ಣುಗಳ, ಕಠೋರ ಹೃದಯದಲಿ ಕಾವ್ಯ ಉಕ್ಕುವ ಸೊಬಗು ಸೋಜಿಗ" ಅವರ ವಿಸ್ಮಯವನ್ನು ಹೊರಹಾಕುತ್ತವೆ.

"ಕಗ್ಗತ್ತಲ ಕವಿ"
ಗಣೇಶ್ ಸುಬ್ರಾಯ ಯಾಜಿಯವರ ಹೊಸ ಕಥೆಯನ್ನು ಹೊಸೆಯಲು ಬಯಸುವ ಕವಿಯ ಸರಳ ಕವಿತೆ.

ನೀನು ಹಾಡಿದಂತೆ ಡಾ ನಿಂಗಪ್ಪ ಮುದೇನೂರು ಅವರ ರಮ್ಯ ಕವಿತೆ.

ಕಲ್ಪನೆ ಎಂಬ ಕವಿತೆಯಲ್ಲಿ ಅನುಷಾ ಅರುಣ್ ಕರಡಿಗುಡ್ಡಿಯವರು ಕವಿಯ ಕಲ್ಪನಾ ಲೋಕದ ಅನಾವರಣ ಮಾಡಿದ್ದಾರೆ.

ಹರಿದು ಬಾ ಮಹದಾಯಿ ಬರದ ಭೂಮಿಗೆ ವಿದ್ಯಾಸಾಗರ ದೀಕ್ಷಿತ್ ಜೀವಪರವಾದ ದನಿಯನ್ನೆತ್ತಿದ್ದಾರೆ.

ಜಗವೆನ್ನುವ ಸಂತೆಯನ್ನು ಒಂದು ದಿನ ಮುಗಿಸಿ ಹೋಗುವ ನಿತ್ಯಸತ್ಯವನ್ನು ಪರಿಣಾಮಕಾರಿಯಾಗಿ ಉಮಾ ಅವರು ನಿರೂಪಿಸಿದ್ದಾರೆ.

'ವಚನ ಸಂಸ್ಕಾರ' ಕವಿತೆಯಲ್ಲಿ ರಫೀಕ್ ಯಂಕಚಿಯವರು ಉತ್ತಮ ಸಂಸ್ಕಾರದ ಮಹತ್ವವನ್ನು ಹೇಳಿದ್ದಾರೆ.

ಡಾ. ನಿಂಗಪ್ಪ ಮುದೇನೂರು ಅವರ ಒಲವ ಹೆಜ್ಜೆಯ ಹಾದಿಯ ಕವಿತೆ 'ನೀನು ಹಾಡಿದಂತೆ".

ಆತ್ಮಾಯಣ,
ಅಪ್ಪನ ನಿಶ್ಯಬ್ದ ಗಾಥೆ,
ನಿನ್ನ ನಗು, ಮನಕ್ಕೊಂದು ಕಿವಿಮಾತು, ನೀ ಮತ್ತು
ಜ್ಯೋತಿ ಬಿ ದೇವನಗಣವ್ ಅವರ ಗಜಲ್ ಇನ್ನು ಕೆಲವು ಗಮನ ಸೆಳೆದ ಕವಿತೆಗಳು.

ಅಪ್ಪ, ಅಮ್ಮ, ತಾಯ್ನಾಡು, ಸೈನಿಕ, ಪ್ರೇಮ ಮುಂತಾದ ಭಾವನಾತ್ಮಕ ವಿಷಯಗಳ ಮೇಲೆಯೂ ಹಲವು ಕವಿತೆಗಳು ಬಂದಿದ್ದವು.

ಶೀರ್ಪುಗಾರರು
ಕವಿತಾ ಹೆಗಡೆ ಅಭಯಂ
ಹುಬ್ಬಳ್ಳಿ

ಅಗ್ನಿಶಿಖೆ

ರಚನೆ: ಸುಶೀಲೇಂದ್ರಾಚಾರ್ಯ ಕುಂದರಗಿ

❖ ❖ ❖

ಏನಿಲ್ಲ ಈಗ ಜೀವನಕ್ಕೆ ಆಕಾರ ಗಾಳಿಗುಂಟೇ
ಸುಖ ದುಃಖದ ಕನಸು ಚಿತ್ತ, ಬುದ್ಧಿಯೊಳಗೆ
ಅಹಂಕಾರ ಪ್ರಜ್ಞೆ ಧಿಕ್ಕರಿಸಿದ ಮನಸು

ಎದೆಯೊಳಗೆ ಸುಡುತಿದೆ ಲಾವಾಗ್ನಿ
ಮತ್ತೆ ಅರಳದಂತೆ ಹೃದಯ ಕಮಲ
ತನ್ನವರ ಕುಲುಮೆಯಲಿ ದಾವಾಗ್ನಿ
ಸುಟ್ಟು ಕರಕಲಾದ ಸಂಬಧದ ಅನಲ

ಚೈತ್ರದಲ್ಲೂ ಫಾಲ್ಗುಣದ ಬೇಸರ
ಮತ್ತೆ ಬಾರದೇ ಬಾಡಿದಂತೆ ಶಶಿರ
ಹುಯ್ಯುವ ಮಳೆಯ ಹನಿಯಲ್ಲಿ
ಹೊತ್ತಿದಂತೆ ಕಿಡಿ ವ್ಯಾಪಿಸಿತೇ ಜಗದಗಲ

ನೆಕ್ಕುತಿದೆ ಎದೆಯ ಪ್ರೀತಿ ಕಾಪಿಡಲು ತನ್ನ
ಬಿಕ್ಕುತಿದೆ ಒಡಲು ಕ್ರಾಂತಿಗೀಡಾಗುವ ಮುನ್ನ
ನಿಂತ ನೆಲದಲ್ಲೇ ಹೊತ್ತಿದೆ ಉರಿ ಸೆಕೆ
ಕೆನ್ನಾಲಿಗೆ ಚಾಚಿದೆ ಪ್ರೀತಿ ಸುಟ್ಟ ಅಗ್ನಿಶಿಖೆ

ಬಯಲಿಗೆ ಬಿದ್ದ ಭಾವ

ರಚನೆ: ಡಾ. ರೇಣುಕಟ್ಟೆ ಎಂ ಸಂತಬಾ

❖ ❖ ❖

ಬಯಲಿಗೆ ಬಿದ್ದಿತಲ್ಲ ಭಾವ
ಯಾರೂ ನೋಡದ ನೋವ

ಮೀಟಿತು ಶೃತಿಯಿಲ್ಲದ ವೀಣೆ
ಯಾರು ನುಡಿಸಿ ಮರೆತರೋ
ತಂತಿ ಸ್ಪರ್ಶಿಸಿ ಅಡಗಿದರೋ
ರಾಗ ತಾಳ ಲಯವ ನಾ ಕಾಣೆ

ಕರುಣೆಯಿಲ್ಲದೆ ಮೀಟುತ
ಉಕ್ಕಿನುಗುರ ಎದೆಗೆ ಒತ್ತುತ
ಕರುಳ ಬಳ್ಳಿಗೆ ಕೀವಿಯುತ
ಉಕ್ಕಿ ಬಂದ ವೇದನೆ ತಳ್ಳುತ

ಕಾಣರು ತಂತಿ ಮೀಟಿದವರು
ನೋವ ನುಂಗಿದ್ದು ನೋಡರು
ವೀಣೆಗೆ ವೇದನೆಯ ನೀಡಿದರು
ನೊಂದೆ ಎಂದರೂ ಪೀಡಿಸಿದರು

ಮೋಕ್ಷ

ರಚನೆ: ಸಂಧ್ಯಾ ಬದಾಮಿ

❖ ❖ ❖

ಅವಳ ಜೋಡಿ ನಯನಗಳು
ಅವನ ಪ್ರೇಮಲೋಕದ
ಪ್ರಜ್ವಲಿಸುವ ದೀವಿಗೆಗಳು ||

ಅವಳ ನಿಷ್ಕಲ್ಮಷ ನಗು
ಅವನ ಹೃದಯ ತುಡಿತದ
ಗಟ್ಟಿಮೇಳಗಳ ನಾದ ||

ಅವಳ ಮೌನದ ಮಾತುಗಳು
ಅವನ ಅಭೇದ್ಯ ಧ್ಯಾನದ
ಆತ್ಮದ ತೀರ ||

ಅವಳ ಬೇಸರದ ನಿಟ್ಟುಸಿರು
ಅವನೊಳು ನಡೆವ ಅಗ್ನಿಹೋತ್ರದ
ತಪದ ಜ್ವಾಲೆ ||

ಅವಳ ಮೌನ ವಿದಾಯ
ಅವನ ನಿರ್ವಾಣದ ಹರಿವಾಣದಿ
ಬಡಿಸಿಟ್ಟ ಮೋಕ್ಷ ||

ಜ್ಞಾನಯೋಗಿ ಸಿದ್ದೇಶ್ವರ

ರಚನೆ: ಎಮ್. ಎಚ್ ಹಾಲ್ಯಾಳ

❖ ❖ ❖

ಆಸೆಯ ಅರಮನೆಯ ಶಾಶ್ವತದಿ ತೊರೆದಾತ,
ಕಿಸೆಯಿಲ್ಲದ ಶ್ವೇತ ಬಟ್ಟೆಯನು ತೊಟ್ಟಾತ,
ಉಷೆಯ ಕಾಲದೊಳೆದ್ದು ದಿವ್ಯತೆ
ಸಾರಿದ-ನಮ್ಮ ಜ್ಞಾನಯೋಗಿ..೧

ನಡೆಯಲಿ ನುಡಿಯಲಿ ಅಂತರ ಇರದಾತ,
ಕಡೆಯವರೆಗೂ ನುಡಿದಂತೆ ಸತ್ಯದಿ ನಡೆದಾತ,
ಸಡಗರ ಸಂಭ್ರಮ ಎಂದಿಗೂ ಬಯಸದ,
ಕಡು ನೇಹದಿ ಮನಗೆದ್ದ-ನಮ್ಮ ಜ್ಞಾನಯೋಗಿ..೨

ಬೇಕೆಂಬ ಬಯಕೆಯ ಮರೆತು ಎಲ್ಲರೊಳು ಬೆರೆತು,
ಸಾಕು ಎನ್ನುವ ಸರಳ ಸೂತ್ರವ ಹಿಡಿದಾತ,
ವಾಕ್ ಸಿದ್ಧಿಯ ಪಡೆದು ಯೋಗ ಮಾರ್ಗದಿ ನಡೆದು,
ಜ್ಞಾನ ದಾಸೋಹ ನಡೆಸಿದ-ನಮ್ಮ ಜ್ಞಾನಯೋಗಿ..೩

ಧನ ಕನಕವನೊಲ್ಲ ಸಿರಿ ಸಂಪತ್ತನೊಲ್ಲ
ಮನದಲ್ಲಿ ಒಂದಿಷ್ಟೂ ಆಸೆ ಎಂಬುವದಿಲ್ಲ,
ತನು-ಮನದಲ್ಲಿ ಎಳ್ಳಷ್ಟೂ ಕಾಮನೆಳಿಲ್ಲ
ಸರಳತೆಯ ಸಾಕಾರ ಮೂರ್ತಿ-ನಮ್ಮ ಜ್ಞಾನಯೋಗಿ..೪

ಪ್ರಣವ ಧ್ವನಿ

ರಚನೆ: ಅನಂತ್ ಕೊಟಬಾಗಿ

❖ ❖ ❖

ವಾಗರ್ಥದ ಭಾವಾರ್ಥದ ಸೂಚ್ಯಾರ್ಥದ ಧ್ವನ್ಯಾರ್ಥದ
ಸರ್ವಾರ್ಥವು ಪ್ರಣವ ನಾದದಲ್ಲಿ ಲೀನವಾಗಲಿ

ಪರಮಾರ್ಥದ ಧ್ಯೇಯ ಬಲಿತು
ಸ್ವಾರ್ಥದ ಸೆಲೆಯೆಲ್ಲ ಬತ್ತಿ
ಚಿತ್ತ ಸ್ವಾಸ್ಥ್ಯ ಸೂರೆಗೊಂಡು
ಆನಂದವು ತುಳುಕಲಿ

ಶಾಂತಿ ಮಂತ್ರ ಚರಣದಂತೆ
ಘನೀಭೂತ ಕಾಂತಿಯಂತೆ
ಸುಪ್ರಸನ್ನ ಭಾವ ಮನದ
ಸಲಿಲದಲ್ಲಿ ನೆಲೆಸಲಿ

ಓಂಕಾರದ ನಾದವೊಂದೇ
ಅಂತರ್ಯದಿ ಮೊಳಗಿ ಸುತ್ತ
ಸ್ವರಹೀನತೆ ಅಳಿಯಲಿ

ಸಚ್ಚಿದಾನಂದ ರೂಪಿ ಆತ್ಮ ತನ್ನ ಅಸ್ತಿತ್ವವ
ವಿಸ್ತರಿಸುತ ಕಣಕಣವೂ
ಓಂಕಾರದ ಹರವಿನಲ್ಲಿ ಓಂಕಾರದ ಅರ್ಥಕೆಳಸಿ
ಓಂಕಾರಾದಿ ಲೀನವಾಗಿ
ಓಂಕಾರದ ಧ್ವನಿಯಾಗಲಿ

ಓಂ...ಓಂ..ಓಂ..

ನಮ್ಮ ಪ್ರೀತಿಯ ಗುರುಗಳು

ರಚನೆ: ರಿಧಾ ಮುಸ್ತಾಕಅಹ್ಮದ ಡೋರಳ್ಳಿ

❖ ❖ ❖

ಇವರೇ ನಮ್ಮ ಪ್ರೀತಿಯ ಗುರುಗಳು
ಶಾಲೆಯಲ್ಲಿನ ದೇವರ ಸ್ವರೂಪಿ ಇವರು
ಒಳ್ಳೆಯ ಗುಣಗಳ ಕಲಿಸುವ ಗುರುಗಳು
ಮಕ್ಕಳಲ್ಲಿ ಪ್ರೀತಿ ತೋರುವ ಹೂವಿನಂಥ
ಮನಗಳು

ಭಾಳ್ವೆಯ ಮಾರ್ಗ ತೋರಿಸುವ ರತ್ನಗಳು
ಅವರೇ ವಿದ್ಯಾರ್ಥಿಗಳ ಮೆಚ್ಚಿನ ಗುರುಗಳು
ಪುಸ್ತಕದಲ್ಲಿನ ಜ್ಞಾನವ ತಿಳಿಸುವರು
ಮಕ್ಕಳನ್ನು ಸಮಾನತೆಯಿಂದ ಕಾಣುವರು

ವಿದ್ಯಾರ್ಥಿಗಳ ಬಾಳಿಗೆ ದಾರಿ
ದೀಪವಾಗಿರುವರು
ಇವರೇ ನಮ್ಮ ಅಚ್ಚುಮೆಚ್ಚಿನ ಗುರುಗಳು
ಇವರಿಗಾಗಿ ಬಾಗುವವು ನಮ್ಮ ಶಿರಗಳು
ನಮ್ಮ ಬೆಳವಣಿಗೆಗೆ ಇವರೇ ಕಾರಣಿಕರ್ತರು
ಪುಸ್ತಕದತ್ತ ನಮ್ಮ ಮನಸ್ಸು ಸಳೆಯುವರು

ಇವರೇ ನಮ್ಮ ಭವಿಷ್ಯವ ಬೆಳಗುವ ಅಂದಿನ
ಇಂದಿನ ಮುಂದಿನ ನಮ್ಮ ನೆಚ್ಚಿನ ಗುರುಗಳು

ಕಣ್ಣಿಬ್ಬನಿ

ರಚನೆ: ಆಲ್ವಿನ್ ಪವನ್ ಜಿ

❖ ❖ ❖

ಕಣ್ಣಿಬ್ಬನಿ ಅವಿತಿರುವೆಯಾ ರೆಪ್ಪೆಗಳಲಿ ?
ನೀ ಅಳುವವರ ಕಂಬನಿ, ನೊಂದವರ ಕಣ್ಮಣಿ!
ನೋವ, ಅವಮಾನವ ಹೊತ್ತು ಜಾರಿದರೆ,
ನಗುವ ಚಾರಣಿಗರ ಕಾಲ್ತುಳಿತಕ್ಕೆ ಒಡೆದು ಚೂರಾಗುವೆ.
ಯಾವ ಬೆಳ್ಳಿ- ಬಂಗಾರ ಹಿಡಿಯ ಬಲ್ಲ ದು ನಿನ್ನ ?
ಯಾವ ಮುತ್ತು ರತ್ನಗಳು ಹೋಲ ಬಲ್ಲವು ನಿನ್ನ ?
ನೀ ಒಮ್ಮೆ ಸಿಲುಕಿದರೆ ಈ ಪದಸಾಲಿಗನ ಕೈಗೆ ;
ನಾ ಪೋಣಿಸುವೆ ಮಿಡಿದ ಭಾವ ಸರಕ್ಕೆ.

ಶಿಕ್ಷಣ

ರಚನೆ: ಮೊಹಮ್ಮದ್ ಹುಮಾಯೂನ್ ಎನ್

❖ ❖ ❖

ಮೌಲ್ಯಗಳ ಮಾಪನವೇ ಶಿಕ್ಷಣ
ಸರ್ವತೋಮುಖ ಅಭಿವೃದ್ಧಿಯೇ ಶಿಕ್ಷಣ
ಶಿಕ್ಷಣ ವ್ಯಕ್ತಿತ್ವವನ್ನು ರೂಪಿಸುವ ಅಸ್ತ್ರ
ಸಾಧನೆಗಳ ಸಾಗರವೇ ಈ ಶಿಕ್ಷಣ

ಸಹಬಾಳ್ವೆ, ಸ್ವಪ್ರೇರಣೆ ಶಿಕ್ಷಣದ ಕೊಡುಗೆ
ಸಮಸ್ಯೆಗಳ ಸಂಧಿಸುವ ನೈಪುಣ್ಯತೆಯೇ ಶಿಕ್ಷಣ
ಸಮಾಜ- ಸಂಸ್ಕೃತಿ, ಸ್ಥಿತಿ-ಗತಿಗಳ ಅರಿವು
ಯಂತ್ರ-ತಂತ್ರಗಳ ತಂತಿಗಳ ಕೂಡಿಸುವುದೇ ಈ ಶಿಕ್ಷಣ

ಜ್ಞಾನದ ಜ್ಯೋತಿ ಬೆಳಗುವುದೇ ಈ ಗುಡಿಯಲಿ
ಕಲಿಕೆಯ ಅನುಭವ ಪ್ರದರ್ಶಿಸುವುದೇ ಈ ಶಿಕ್ಷಣ
ನೋವೆಂಬ ಕಹಿಯನ್ನು ನುಂಗುವುದು ಬಲು ಕಷ್ಟ
ಆ ಕಹಿಯನ್ನು ಜ್ಞಾನ ಪಾಯಸದಿಂದ ಕುಡಿಸುವುದೇ ಈ ಶಿಕ್ಷಣ

ಅಸಂಖ್ಯಾತ ಪದವಿಗಳ ಶೇಖರಣೆಯೇ ಶಿಕ್ಷಣವಲ್ಲಾ
ಜೀವಾತ್ಮ-ಪರಮಾತ್ಮಗಳ ಸ್ನೇಹ ಸಂಗಮವೇ ಈ ಶಿಕ್ಷಣ.

ನಮ್ಮ ರೈತರು

ರಚನೆ: ಸವಿತಾ ಮುದ್ಗಲ್

❖ ❖ ❖

ಭುವಿಗು ನಮಗು
ಎಲ್ಲಿಲ್ಲದ ಬಂಧವು
ಹಗಲಿರುಳು ನಮಗೆ
ಪ್ರಕೃತಿಯೆ ಹತ್ತಿರವು||
ಬೆವರಿನ ಸಾಂಗತ್ಯಕೆ
ಜಿನುಗುತ ಮೋಡವು
ಸುರಿಸುತ್ತಾ ತಣಿಸುವ
ಮನದ ತಲ್ಲಣವು||
ಉಡಿಯ ಗಂಟಲಿ
ತುಂಬಿದೆ ಬೀಜವು
ನೇಗಿಲ ಹೂಡುತ
ಬಿತ್ತನೆಗೆ ಸಂಭ್ರಮವು||
ಕಣ್ನೋಟದಿ ಸಾವಿರ
ಕನಸುಗಳು ತುಂಬಿಹವು
ಕೋಟಿ ಹುಟ್ಟುಗಳಿಗೆ
ತುತ್ತು ನೀಡುವವರು||

ಸುದ್ದಿಯಾದವು ಪದಗಳು

ರಚನೆ: ಜಯಂತಿ ಕೆ. ವೈ

❖ ❖ ❖

ಅಕ್ಷರಗಳ ಸಂತೆಯಲಿ
ಮಾರಾಟಕ್ಕಿದ್ದವು ಪದಗಳು
ಖರೀದಿಗೆ ಬಂದವರಿಗೆ
ಸಜ್ಜನಿಕೆಯ ಪದಗಳು ದುಬಾರಿಯೆನಿಸಿದವು!
ಅಲ್ಲೇ ನಾ ಮುಂದು ತಾ ಮುಂದು
ಎನುತ ಹಾರಾಡುತ್ತಿದ್ದ ಪದಗಳು
ಅಗ್ಗದ ಬೆಲೆಗೆ ಬಿಕರಿಯಾದವು
ಸಜ್ಜನಿಕೆಯ ಪದಗಳಿಗೆ ಶಬ್ದಕೋಶ ಸೇರುವ ಅವಕಾಶ!
ಅಗ್ಗದವು ಅರಚುತ್ತಾ
ಅತ್ತಲಿತ್ತ ಕುಣಿಯುತ್ತಾ
ಕಾರಣವೇ ಇಲ್ಲದೆ ಬಳಸುವವರ ಬಾಯಲ್ಲಿ ಸಿಕ್ಕಿಬಿದ್ದವು!
ಸುದ್ದಿಯಾಗುತ್ತಾ ಹೋದವು!!

ಆಧುನಿಕ ಸಂಸಾರ

ರಚನೆ: ಮಮತಾ ರಾಣಿ ಕೆ

❖ ❖ ❖

ನಾನು ಬಡವಿ ಆತ ಬಡವ
ಒಲವೇ ನಮ್ಮ ಬದುಕು ಆಗ
ನಾನು ಗರತಿಯಲ್ಲ ಆತ ಗಂಡನಲ್ಲ
ಹಣವೇ ನಮ್ಮಯ ಜೀವನ ಈಗ

ಒಲವೇ ಜೀವನ ಸಾಕ್ಷಾತ್ಕಾರ ಹೋಗಿ
ಅನೈತಿಕತೆಯೇ ಬಾಳಿನ ಮಹತ್ಕಾರ್ಯವಾಗಿ
ಹಳಿ ತಪ್ಪಿದೆ ಇಂದು ಸಂಸಾರ ಸಾರವಿಲ್ಲದೆ
ಬರಡಾಗಿದೆ ಕುಟುಂಬ ಸಂತತಿ ವಿಸ್ತಾರವಿಲ್ಲದೆ

ಸಖೀಗೀತ ಇಂದಿನ ಯುವ ಪೀಳಿಗೆ ಓದಿಲ್ಲ
ಸಖ್ಯದ ಅಖ್ಯಾನ ಅನುಭವದಿ ದಕ್ಕಿಸಿಯೂ ಕೊಂಡಿಲ್ಲ
ಕುಟುಂಬದ ಕನ್ನಡಿಯಲ್ಲಿ ಒಡಕಲು ಬಿಂಬಗಳು
ವೈರಿಗಳಂತೆ ಪ್ರತೀಕಾರದ ರಕ್ತ ಪಿಶಾಚಿ ದಂಪತಿಗಳು

ದಾಂಪತ್ಯ ಶಿಕ್ಷಣ ಯುವಜನರಿಗೆ ಕಲಿಸಬೇಕಿದೆ
ಪಾಶ್ಚ್ಯಾತ್ಯ ಸಂಸ್ಕೃತಿಯನ್ನು ತೊರೆಯಬೇಕಿದೆ
ಭಾರತೀಯ ಭವ್ಯ ಸಂಸ್ಕೃತಿ ಮೆರೆಸಬೇಕಿದೆ

ತೂಕ

ರಚನೆ: ಮಧುಕರ್ ಕೆ

❖ ❖ ❖

ತೂಕವು ಹೆಚ್ಚಿದರೆ ಏನು
ಸಿಹಿಯನು ಸವಿಯಲ್ವೇನು
ಓಡಿದರು, ಯೊಗ ಮಾಡಿದರು
ತೂಕವು ಇಳಿಯುವುದೇನು ? ತೂಕ ||
ವಿಧ ವಿಧವಾದ ತಿನಿಸುಗಳು
ತಿ ನ್ನುವುದೇ ಹರುಷ - ಹಂಬಲಗಳು
ವರುಷವಿಡಿ ಹಬ್ಬ ಮಾಡಿ
ಕುಳಿತು ತಿಂದಾಗ ಬಂದ ಬೊಜ್ಜುಅದು
ಕಣ್ ಮುಚ್ಚಲು ಮೂಗರಳದೆ
ಘಮಘಮಿಸುತಿರುವಾಗ || ತೂಕ ||
ಚಕ್ಕುಲಿ ಒಬ್ಬಟ್ಟು ಹಗೆಯಾಗಿ
ಎಣ್ಣೆ ಪದಾರ್ಥ ದೂರಾಗಿ
ಹಲಸು - ಮಾವು ತಿನ್ನದೆ ಖಿನ್ನತೆಯಾಗಿ
ಕಡುಬಯಕೆ ಬಂದು ಹಸಿವಾಗಿ
ಏನನು ತಿನ್ನಲಿ ಎನ್ದೆನಿಸುವಾಗ || ತೂಕ ||

ಮತ್ತದೇ ದಿನಚರಿ

ರಚನೆ: ವಾಸುದೇವ ಸೆಟ್ಟಿ

❖❖❖

ಇರುಳು ಸರಿದು ಬೆಳಕು ಮೂಡಿತು
ಕತ್ತಲೆಯ ಪೊರೆ ಸರಿಯತೊಡಗಿತು
ಬೆಳಗಾಯಿತು ರವಿ ಮೂಡಿದನು
ನೇಸರದ ಸ್ಪರ್ಶದಿ ಪುಳಕಗೊಂಡಿತು ಬಾನು
ಅವಳ ಬಾಳ ದಿನಚರಿ ಶುರುವಾಯ್ತು
ಅಂಗಳದಲಿ ರಂಗೋಲಿಯ ಬಿಡಿಸಿಯಾಯ್ತು
ದೇವರಾ ಆರಾಧನೆಗೆ ಅಣಿಗೊಳಿಸಿ
ಅಲ್ಲಿ ಪೂಜೆಯ ಮುಗಿಸಿ
ಅಡಿಗೆ ಮನೆಯ ಸೇರುತಲಿ
ಮನೆಯವರ ತಿಂಡಿ ತಯಾರಿಸುತಲಿ
ಮಕ್ಕಳನ್ನು ಶಾಲೆಗೆ ಕಳುಹಿಸಿ
ಪತಿ ದೇವರ ಅವನ ವೃತ್ತಿಗೆ ಸಾಗಿಸಿ
ಒಂದು ನಿಟ್ಟುಸಿರು ಬಿಡುತಲಿ
ಅಲ್ಪ ವಿರಾಮದ ನಂತರ ಮತ್ತೆ
ಮನೆ ಗೆಲಸಗಳಲಿ ಮಗ್ನವಾಗುತಲಿ

Hubballi Festival 2025 | Hubballi Book Club

ಹುಣ್ಣಿಮೆ ಚಂದಿರ

ರಚನೆ: ಪೂಜಾ ಸಿ ನಂದಿಮಠ

❖❖❖

ಕಳೆದು ಹೋಗುವೆ ಚಂದಿರ ನಿನ್ನನ್ನೇ ನೋಡುತಾ,
ನಿನ್ನಲ್ಲೇನೋ ಇರುವುದು ಒಂದು ಸುಂದರ ಸೆಳೆತ
ನಿನಗಾಗಿ ಅರಿಯದೇ ಅರಸಿ ಹೋಗುವುದು,
ನನ್ನ ಹೃದಯ ಮಿಡಿತ
ಸ್ವಾರ್ಥದ ಪ್ರಪಂಚದಲ್ಲಿ ಈ ಏಕಾಂಗಿಗೆ ನೀನೊಬ್ಬನೇ ನೀಡುವೆಯ ಸ್ನೇಹಿತನ ಪಾತ್ರ
ನೀ ಬಂದಾಗ ಹುಣ್ಣಿಮೆಯಲಿ ಬೀದಿ ದೀಪವೇ ಬೇಡ ನಮ್ಮ ಬೀದಿಯಲಿ
ಪುಟ್ಟ ಮಕ್ಕಳಿಗೆಲ್ಲಾ ತುತ್ತು ಇಡುವಾಗ ,
ಚಂದ ಮಾಮನ ಹೆಸರೇ ಉಣಿಸುವ ಪ್ರೀತಿಯಲಿ
ಬಾ ಚಂದಿರ ಬಾ ಬಾ ಚಂದಿರ ,
ಚಂದ ಮಾಮಾ ಚಂದಿರ ಸುಂದರ.

ನೀತಿ

ರಚನೆ: ಗಂಗಾಧರ ಬಿ

❖ ❖ ❖

ಚಿಂತೆಯನ್ನು ಗೆಲ್ಲು
ಕೋಪವನ್ನು ಕೊಲ್ಲು
ಶಾಂತಿಯನ್ನು ನಿರ್ಮಿಸು !

ಹಿಂಸೆಯನ್ನು ಮಾಡದಿರು
ಹೊಟ್ಟೆಕಿಚ್ಚು ಪಡದಿರು
ನರಭಕ್ಷಕ ನಿನಾಗದಿರು !

ಜಿಗುಪ್ಸೆ ನೀ ತೋರದಿರು
ಮೋಸವನ್ನು ಮಾಡದಿರು
ನೀತಿಯಿಂದ ಬಾಳುತ್ತಿರು !

ಸತ್ಯವನ್ನು ನುಡಿಯುತ್ತಿರು
ಪ್ರೀತಿಯನ್ನು ತೋರುತ್ತಿರು
ಮರೆಯದ ವ್ಯಕ್ತಿ ನೀನಾಗಿರು !!

ಮೌನ

ರಚನೆ: ವಿಟ್ಟಲ್ ಮೇನ್

❖ ❖ ❖

ನಿನ್ನ ಮೌನದಲಿ ಸಿಗುವುದೆ ಉತ್ತರ
ಕಾದು ಕುಳಿತಿರುವೆ ನಿನ್ನ ಹತ್ತಿರ
ಶರಣಾಗುವೆ ನಿನ್ನ ಮಂದಿರ
ಬಂದು ಸೇರಿಕು ನನ್ನ ಹತ್ತಿರ
ಪಿಸುಗುಡಲು ಕಾಯುತಿರುವ ಮನ
ನಿರಾಸೆಯ ಭಯದಲಿ ಪಿಳಕುವ ನಯನ
ಕಣ್ಣುತುಂಬಿ ಬರುವ ಸಮಯ
ತಿರುಗಿ ನುಡುತ ಮೌನಕೆ ಶರಣ
ಮನದ ಮಾತು ನಯನದಲಿ ತೋರುತ
ಆಸೆಗಳಿಗೆ ಮರು ಜೀವನೀಡಿ
ಕಡಲು ತೀರದಲಿ ಕಾಲಹೆಜ್ಜೆಯಲಿ
ನಡೆದು ಹೋಗುವಳು

ಏನೆಂದು ಹೇಳಲಿ...?

ರಚನೆ: ಹರೀಶ್ ಮ್ಯಾಗೇರಿ

❖ ❖ ❖

ಏನೆಂದು ಹೇಳಲಿ
ಆಗಿರುವ ಗಾಯಕೆ
ಮದ್ದು ನೀಡುವ
ನಿನ್ನ ಮಾತಿಗೆ
ಏನೆಂದು ಬರೆಯಲಿ
ಈಗಾಗಿರುವ
ಒಂದೊಳ್ಳೆ ನೋವಿಗೆ
ಮುಲಾಮು ನೀಡುವ
ನಿನ್ನ ನಗುವಿಗೆ
ಹೀಗೆ ಬರೆಯುವೆ
ಏನೇನೋ ತಪ್ಪಿದ್ದರೆ
ತಿಳಿಸು ತಿದ್ದುಕೊಳ್ಳುವೆ
ಪ್ರತಿ ಹೆಜ್ಜೆಗೆ

ಕಾಲದ ಬಂಧನ

ರಚನೆ: ಪ್ರೇಮಾ ,ಅಪ್ಪಾಸಾಬ,ಅಸೋದೆ

❖ ❖ ❖

ಕಾಲ ಒಮ್ಮೊಮ್ಮೆ ಎಷ್ಟು ಅನಾಥರನ್ನಾಗಿ
ಮಾಡತೆತಂದ್ರರಿ ಜಾತ್ರ್ಯಾಗ ಕಳಕೊಂಡ ಮುಗ್ದ
ಮನಸ್ಸಿನ ಮಗುವಿನಾಂಗ್ರಿ ಅಳು ಉಮ್ಮಳಿಸಿ
ಬಂದ್ರು ತಡೆ ಹಿಡಿದು ಕಣ್ಣೆಲ್ಲಾಕೆಂಪಾದಾಂಗ್ರಿ.
ಹೊಟ್ಟೆಹಸಿವ ನಿಗಸಾಕ ಬುತ್ತಿಗಂಟ ಇದ್ರೆನ್ರಿ
ತೃಷೆಯ ತೀರಸಾಕ ಮನಗಂಡ ನೀರ್ ಇದ್ರೆನ್ರಿ
ನೆಲೆನಿಲ್ಲಾಕ ಅಂದದ ಅರಮನೆ ಇದ್ರಯೆನ್ರಿ
ಒಂಟಿತನದ ಜಾಡನ್ಯಾಗ ಸಿಕ್ಕ ಅರಮನೆನು
ಸೆರೆಮನೆ ಅದಾಂಗ ಆಗೇತ್ರಿ.
ತಿಮಿರವ ಲೋಕದಾಗ ನಾ ನಿಶಾಚರಿ ಆಗೆನ್ರಿ
ನನ್ನನ್ನ ನಾ ಕಳಕೊಂಡ ಮತ್ತ ಅಲ್ಲೇ ಹುಡುಕಾಟದ
ಶೋಧನೆಯೊಳಗ ಸಿಕ್ಕಿನ್ರಿ ಹೇಳಾಕ ಭಾಳಷ್ಟು
ಮಾತ್ ಇದ್ದು ಆದ್ರ ಭಾವದ
ಬಂದನಕ್ಕ ಸಿಕ್ಕ ಬೋಂಬೆಯಾಗೆನ್ರಿ.

ಆಸೆಯ ಅರಿಸಿ ಹೊರಟ ಅರಸಿಯರೇ

ರಚನೆ: ರಾಧಿಕಾ ಎಸ್. ಬಿ

❖ ❖ ❖

ಚಿನ್ನದ ದಾಹ
ಬಂಗಾರದ ವ್ಯಾಮೋಹ
ಬೇಡ ಗೆಳತಿಯರೇ
ತಾಳ್ಮೆ ಎಂಬದಾಗಿನ
ಮೊಗಾದಿ ಮಂದಹಾಸ
ಪುಟ್ಟ ಹೃದಯದಿ ಬೆಟ್ಟದಷ್ಟು ಪ್ರೀತಿ
ಕೈತುಂಬ ಕೈಲಾದ ಸಹಾಯ
ಎಂತ ಪರಿಸ್ಥಿತಿಯಲ್ಲೂ
ಕುಂದದೆ ಸಾಗುವ ಗಟ್ಟಿತನ
ತಾಳ್ಮೆ ನಮ್ಮ ದಾಗಿನವಾಗಲಿ ಅರಿಯಿರಿ
ಈ ಸತ್ಯ ಸುಂದರಿಯರೇ
ಅಪ್ಪನ ಮುದ್ದಿನ
ಅರಸಿಯರೇ

ಹಸನ್ಮುಖಿ ಸದಾಸುಖಿ

ರಚನೆ: ರೇಖಾ ಮಹೇಶ್

❖ ❖ ❖

ಹೆಣ್ಣಿವಳು ನಲಿಯುವ
ನವಿಲಿನ ಕಣ್ಣಿನವಳು
ಮರೆಮಾಡಿ ಮುದ್ದಿಸುವಂತಹ
ಮೊಗದವಳು
ಸೊಗಸಾದ ಸವಿ ಇವಳು
ಗುಳಿ ಕೆನ್ನೆಯ ಚಲುವೆ
ಸರಿದೂಗಿಸಲಾರದ ಚಂದ
ಕೇವಲ ಇವಳ ಅಂದ

ದೀಪಾವಳಿ

ರಚನೆ: ಧರ್ಮರಾಜ್ ಎಂ ಗುರ್ನಳ್ಳಿ

❖ ❖ ❖

ದುಃಖ ಮರೆಸಿ ಸುಖ ತರಿಸಿ
ಎಲ್ಲರೂ ಬೆರೆಯುವ ಕಾಲ
ತನು ಮರೆತು ಮನ ಬೆರೆತು
ದೀಪ ಬೆಳಗುವ ಮೇಳ..

ದ್ವೇಷ ಭಾವ ಕೊಳೆತು
ಸ್ನೇಹ ಪ್ರೀತಿ ಮೊಳೆತು
ನಿನ್ನಾಗಮನದಿ ಪಾವನ ಬದುಕು
ಹಾಸನಾದಿತೇ ಬಾಳು ಬೆಳಕು..

ವರ್ಷಕ್ಕೊಮ್ಮೆ ಬರುವ
ಹರ್ಷವನ್ನ ತರುವ
ಶಾಶ್ವತ ಬೆಳಕು ಬೀರುತ
ಜನ ಮನ ಜಗ ಬೆಳಗಬಲ್ಲದೆ..?

ಅಪ್ಪನೇ ನನ್ನ ಆಂತರ್ಯದ ಶಕ್ತಿ...!

ರಚನೆ: ಸು ಶಿ ಶಾಂತಕುಮಾರ್ ಹರವೆ

❖ ❖ ❖

ಅಪ್ಪ ಎಂಬುದು ಕೇವಲ ಎರಡಕ್ಷರವಲ್ಲ...!
ಇದರಾಳವ ಉದ್ದವ ಯಾರೂ ಅರಿತವರಿಲ್ಲ...!
ಅಪ್ಪನೆಂದರೆ ಆಕಾಶ ಮುಗಿಲೆತ್ತರ ಬಾನಗಲ...!

ಅಪ್ಪನೇ ನಮ್ಮ ನಿಜವಾದ ಬಂಧುವು
ಮಮತೆ ಪ್ರೀತಿಯ ಸಂಬಂಧವು
ಜನುಮ ಜನುಮಗಳ ಅನುಬಂಧವು...!

ಅಪ್ಪನ ಬೈಗುಳವು ನಮ್ಮ ಕಾಳಜಿಯಂತೆ
ಎಂದೆಂದಿಗೂ ಜೊತೆಗಿರುವನು ಸ್ನೇಹಿತನಂತೆ
ನಮ್ಮ ಭವಿಷ್ಯದ ಮಾರ್ಗದರ್ಶಕನಂತೆ

ಮಕ್ಕಳಿಗಾಗಿ ಹಗಲಿರುಳು ದುಡಿಯುವನು
ತನ್ನಾಸೆ ಕನಸುಗಳನ್ನು ತ್ಯಾಗ ಮಾಡುವನು
ಇಡೀ ಕುಟುಂಬದ ಸಂರಕ್ಷಣೆ ಮಾಡುವನು

ಅಪ್ಪನೇ ನನ್ನ ಜೀವನದ ಗುರುವು
ಅಪ್ಪನೆಂದರೆ ನನಗೆ ಎಲ್ಲಿಲ್ಲದ ಭಕ್ತಿಯು
ಅಪ್ಪನೇ ನನ್ನ ಆಂತರ್ಯದ ಶಕ್ತಿಯು..!

ನನ್ನ ಮುದ್ದು ಕಂದ

ರಚನೆ: ಅಕ್ಷತಾ ಪಿ ಅಕ್ಕಿ

❖ ❖ ❖

ನನ್ನ ಮುದ್ದು ಕಂದ!
ನಿನ್ನ ನಗುವಿನಲಿ ಹೊಳೆಯುತಿದೆ
ಸೂರ್ಯಕಿರಣ
ನಿನ್ನ ಮಾತಿನಲ್ಲಿ ಹರಿಯುತ್ತಿದೆ
ಮಧುರ ಸಪ್ತಸ್ವರ
ನಿನ್ನ ಹೆಜ್ಜೆಗಳಲ್ಲಿ
ಹೂವಿನ ಸುಗಂಧವಿದೆ
ನಿನ್ನ ತುಂಟಾಟ ನಮ್ಮೆಲ್ಲರ ಪರದಾಟ
ನಿನ್ನ ಮಮತೆ ಕರಗಿಸಿತು
ಈ ಚಿಕ್ಕಮ್ಮನ ಮನ
ನಿನ್ನ ಇರುವಿಕೆ ತುಂಬುವುದು
ನನ್ನಯ ಹೃದಯ
ನೀನಾದೆ ನನ್ನ ಕನಸಿನ ಪ್ರಪಂಚ
ನೀನೆ ನನ್ನ ಮುದ್ದು ಕಂದ!!

ಅಪ್ಪಾ

ರಚನೆ: ಕವಿತಾ ಅಂಗಡಿ

❖ ❖ ❖

ಅಪ್ಪಾ
ಅಪ್ಪುಗೆಯ ಅಪ್ಪ ನನ್ನಪ್ಪ
ಸೋತಾಗ ಕೈ ಹಿಡಿದು ಬಿದ್ದಾಗ ಮೆಲ್ಮೆತ್ತಿ
ಸಾಗರ್‌ದಾಚೆ ದಡ ಸೇರಿಸುವ ನನ್ನಪ್ಪ
ಕಷ್ಟಗಳೇ ಹತ್ತೀರ ಬರದಂತೆ
ಕಾವಲುಗರ ನನ್ನಪ್ಪ
ನನ್ನಾಸೆಗೆ ಕಾಸಿನ ಖಜಾನೆ ನನ್ನಪ್ಪ
ಯಾರೇನೆ ಅಂದರು ಬಿಟ್ಟುಕೊಡದ ನನ್ನಪ್ಪ
ನನಗಾಗಿ ಅಂಬಾರಿ ಆದ ನನ್ನಪ್ಪ

ಸಂಗಾತಿ ಸಿಗದೆ ಓ ಜಗವೆ

ರಚನೆ: ಪ್ರದೀಪ್ ಕುಮಾರ್

❖❖❖

ಮಾತನಾಡದೆ ಉಳಿದ ಮಾತುಗಳಿಗೆ ಮಾತನ್ನು
ಎದೆಯೊಳಗೆ ಮೌನವಾಗಿ ಬಚ್ಚಿಟ್ಟಿರುವೆನು...
ಮನದೊಳಗೆ ಸಾವಿರ ನೋವುಗಳನ್ನು ಮುಚ್ಚಿಟ್ಟು,
ಬಿಸಿಯೂಸಿರಿನ ಶಾಖವ ನೀಡಿ
ಮುಗದಲಿ ಮಂದಹಾಸ ಬೀರಿರುವೆನು...
ಮೊಗದಲಿ ಕಾಣುವ ಮಂದಹಾಸಕ್ಕಿಂತ,
ಸಾವಿರ ಪಾಲಿನ ನೋವು ಕಾಣದ ಈ ಜಗವೇನು...
ನನ್ನ ನಗು ಮೊಗವ ಕಂಡು,
ಜಗವಿದು ತಿಳಿಯಿತು ನನ್ನ ಜಗದೇಕ ಶೂರಳೆಂದು...
ನಗುವೇ ಇರಲಿ ಮೊಗದಳೆಂದು ಬಯಸಿದೆ ಈ ಜೀವನದಲಿ ನಾನು...
ನನ್ನಿ ಮನದ ನೋವನ್ನು ಕಾಣದಂತಾಯಿತೇ ಜಗದಲಿ ನೀನು...
ಈ ಮನದ ನೋವನ್ನು ಮಾತಾಡದೆ ನನ
ಕಂಗಳಲಿ ಅರಿಯುವ ಜೀವವೊಂದು ಸಿಗದೆ...
ಈ ಜಗವ ಎದುರಿಸಿ ನಿನ್ನೊಂದಿಗೆ ನಾನಿರುವೆ ಎಂದು
ಕೈ ಹಿಡಿದು ನಡೆಸುವ ಸಂಗಾತಿ ಸಿಗದೆ ಓ ಜಗವೇ...

ಹೆಣ್ಣು

ರಚನೆ: ಮೋಹನ್ ಕುಮಾರ್ ಎಸ್

❖ ❖ ❖

ಸೃಷ್ಟಿಯೆಂಬ ಜಗದ ಸೃಷ್ಟಿಯ ಮೂಲ
ಸಂಸ್ಕೃತಿಗೆ ನಿನ್ನದೇ ಪಳೆಯುವಳಿಕೆಯ ಜಾಲ
ಸಕಲ ಜೀವರಾಶಿಗೆ ಉಸಿರಾದ ಸಂಜೀವಿನಿ
ವಿಶಿಷ್ಟ ಶಕ್ತಿಯೊಂದಿರುವ ಸಂಗಮದ ಶಿವಾನಿ
ಮಮತೆಯೆಂಬ ಮೇರು ಶಿಖರದ ಶಿರೋಮಣಿ
ಕರುಣೆಯೆಂಬ ಕಡಲಲ್ಲಿರುವ ಕಾರುಣ್ಯದ ಗಣಿ
ವಾತ್ಸಲ್ಯದೊಳಗೆ ಪ್ರೀತಿನೀಡುವ ಅಮೃತ
ಅಕ್ಕರೆಗೆಂದೆಂದೂ ನೆಲೆಯಾದ ಶ್ರೇಷ್ಠ ವಿಧಾತ
ಭೂತಾಯಿ ತೂಕದ ತಾಳ್ಮೆಯೆ ನಿನ್ನ ಶಕ್ತಿ ಯಾವುದಕ್ಕೂ
ಸಮವಾಗಲಾರದು ನಿನ್ನ ಸೇವಾಭಕ್ತಿ
ಹೆಣ್ಣೆಂಬುದೆ ನಿನೊತ್ತು ಬೆಳಗಿಸಿದ ನಾಮಾಂಕಿತ

ತುಡಿತ

ರಚನೆ: ದೀಪಾಲಿ ದೀಪಕ ಸಾಮಂತ

❖ ❖ ❖

ಜೀವ ಜಾಲದಲ್ಲಿಯಿರಲು
ಜೀವ ಸೆಲೆಯ ತುಡಿತವು
ನೋವ ನುಂಗಿ ಕಷ್ಟ ಮರೆತು
ಸಾವು ಗೆಲುವ ಮಿಡಿತವು ||

ಕಟ್ಟ ಕಡೆಯ ಯತ್ನದಿಂದ
ದಿಟ್ಟತನದಿ ಚಿಗುರಿತು
ಕೆಟ್ಟ ಸಮಯ ಗತಿಸಿತೆಂದು
ಪುಟ್ಟ ಸಸಿಯು ಹೇಳಿತು ||

ನಂಬಿಕೆಯಲಿ ಯತ್ನಪಡಲು
ಕಂಬದಲ್ಲು ಜೀವನ
ತುಂಬುತಲಿದೆ ಮನುಜನಲ್ಲಿ
ಗುಂಬ ತೊಡೆವ ಸಾಧನ ||

ನಲ್ಮೆಯ ಜೀವನ

ರಚನೆ: ಸಂಧ್ಯಾ ಬಿ. ಎಸ್

❖ ❖ ❖

ಓ ನಲ್ಲೆಯ ಜೀವನ
ನಿನ್ನನು ನಾನು ಪ್ರೀತಿಸುವೆ
ಈ ಓಟದಲ್ಲಿ ಆಗಿರುವೆ ಹೈರಾಣ
ಕಷ್ಟ ಎಂದಲ್ಲ , ಅಷ್ಟೇ ದಣಿದಿರುವೆ

ಮತ್ತದೇ ಉತ್ಸಾಹ ಬೇಕು
ಆದರೆ ಹೊರಗಿನದಲ್ಲ
ನನ್ನ ಮನದಾಳದ ಒಂದು ಬೆಳಕು
ಸ್ವಪದ ಬೀಜ ಬಿತ್ತಿದ ಹೊಲದಲ್ಲಿ

ಒಂದು ಅರಳಿದ ನಗು
ದಿನವನ್ನೇ ಹಗುರಗೊಳಿಸಿತ್ತು
ಅಂಕಿತದಂತೆ ಕನಸು ಉಳಿದಿತ್ತು
ಭಾರವಾದ ಕಣ್ಣು ಬೆಳಕಾಗಿತ್ತು

ಓ ಒಲವೇ

ರಚನೆ: ಸಹನಾ ಪಾಟೋಳಿ

❖ ❖ ❖

ಓ ಒಲವೇ...
ನನಗಿಂದು ಒಲವಾಗಿದೆ ನಿನಗೆಂದು,
ಬರುವೆಯಾ ನೀ ನನಗೆಂದು...
ನನಗಿಂದು ನಿಜವಾದ ಪ್ರೀತಿಯ ಅನುಭವವಾಗಿಹುದು;
ನಿನ್ನ ಪ್ರೀತಿಯು ನನ್ನೆದೆಯಲಿ ಮನೆ ಮಾಡಿಹುದು...
ಕಡಲಾಳದಂತಿರುವ ನನ್ನ ಮನದಾಳದಿ ನೀನಿಳಿದಿರುವೆ ;
ಮನದಿ ಮನೆ ಮಾಡಿಕೊಂಡು ಉಳಿದಿರುವೆ..
ನಿನ್ನೊಲವ ಅರಮನೆಯಲಿ ಇರುವಾಸೆ ನನಗೆ;
ನೀ ಕೈ ಹಿಡಿದು ಕರೆದರೆ ಬಲಗಾಲಿಟ್ಟು ಒಳ ಬರುವೆ ನಿನ್ನಯ ಮನೆಗೆ..
ನನ್ನದೊಂದೇ ಆಸೆ ಜೀವನವಿಡಿ ನಿನ್ನೊಡನಿರಲು,
ಬಯಸುವೆ ಕೊನೆವರೆಗೂ ನೆಮ್ಮದಿಗಾಗಿ ನಿನ್ನದೇ ಮಡಿಲು...
- ಇಂತಿ ನಿನ್ನವಳು

ಚಂದ್ರನಂತೆ ನೀ ಕಾಣುವೆ ಚೆಲುವೆ

ರಚನೆ: ಶಶಾಂಕ್ ಬಿ. ಎಸ್

❖ ❖ ❖

ಚಂದ್ರನಂತೆ ಕಾಣುವ ಅಂದ ನೀನು.
ನಕ್ಷತ್ರನಂತೆ ಮಿನುಗುವ ಚೆಂದಾನೆ.
ನನ್ನ ಮನಸ್ಸು ಕದ್ದ ಚೆಲುವೆ ನೀನು.
ಎಲ್ಲೇ ನೋಡಿದರು ಹೇಗೆ ಇದ್ದರೂ ನಿನ್ನದೇ ಸದಾ ನೆನಪು ನನಗೆ.
ಏ ನನ್ನ ರಾಣಿ ಎಲ್ಲಿರುವೆ ಸದಾ ನಿನ್ನ ನಾನು ಕಾಯುತ್ತಿರುವೆ.
ನಿನ್ನ ಮುತ್ತಿನ ಮಾತುಗಳು ಸದಾ ಕಿವಿಯಲ್ಲಿ ಕೇಳುತ್ತಿರುವೆ.

ಏ ನನ್ನ ರಾಣಿ ಬೇಗ ಬಾ
ನನ್ನ ಜೀವನದಲ್ಲಿ ನಾನು ನಿನಗಾಗಿ ಕಾಯುತ್ತಿರುವೆ.

ನಿನ್ನ ಅಂದವ ಬೇಕಾಗಿಲ್ಲ ಹೇಗೆ ಇದ್ದರೂ ನನಗೆ ನೀನೇ
ನನ್ನ ರಾಣಿ ಏ ನನ್ನ ಹರಸಿ ನೀನೇ ನನ್ನ ಆರಾಧ್ಯ ದೈವ
ನೀನೇ ನನ್ನ ಮನದ ದೇವತೆ ನೀನು
ನಿನಗಾಗಿ ಬರೆದಿರುವೇ ಕವಿತೆ.

ಮಮತೆಯ ಮಡಿಲು

ರಚನೆ: ಎ. ಬಿ ರುದ್ರಮ್ಮ

❖ ❖ ❖

ಮಮತೆಯ ಮಡಿಲುಕರುಣೆಯ ಕಡಲು
ನಾನೀ ಕನ್ನಡ ನುಡಿಯಲು
ಕನ್ನಡ ಸವಿಯಲು ಸಂತಸವಿಯಲು
ಎನಿತು ಈ ಕನ್ನಡ ಭಿನ್ನವೀ ಅನ್ಯ ಭಾಷೆಗೆ

ಕನ್ನಡಿಗರ ಅಭಿಮಾನಿಕೆ
ಪರಮ ಪುನೀತೆ ಕನ್ನಡ ಮಾತೆ
ಕನ್ನಡಿಗರ ಅಮರ ಜ್ಯೋತಿ
ಅದುವೇ ಕನ್ನಡ ಭಾಷೆಯ ನೀತಿ

ಕಾವ್ಯದಲ್ಲಿ ಮೆರೆದ ನಮ್ಮೀ ಕನ್ನಡತಿ
ಕಾವೇರಿ ತಾಯಾಗಿ ತುಂಗಭದ್ರೆ ತವರಾಗಿ
ಪವಿತ್ರ ತೀರ್ಥದ ಸೆಲೆಯಾಗಿ
ಪ್ರಾಣಿ-ಪಕ್ಷಿಗಳಿಗೆ ನೆಲೆಯಾಗಿ

ಕೃಷ್ಣಭೀಮೇಯರು ನೆಲೆಸಿದ
ನಲ್ಮೆಯ ಈ ಕನ್ನಡ ನಾಡಲ್ಲಿ
ಕನ್ನಡ ಭಾಷೆ ನಾನುಡಿವೆ ಬೆಟ್ಟ ಗುಡ್ಡಗಳ
ಸಾಲು ಕನ್ನಡಮಗೆ ಕಾವಲು
ಕನ್ನಡ ನಾಡಿದೆನುವೆಕನ್ನಡವೇ
ನನ್ನುಸಿರೆನುವೆಅಭಿಮಾನದೀ ಭಾಷೆ.

ಶತಮಾನದ ಸರಳ ಸಂತ

ರಚನೆ: ಸುಜಾತಾ ಎಸ್ ಹಯಾದ್

❖ ❖ ❖

ಆಧ್ಯಾತ್ಮ ಲೋಕದ ವಜ್ರ ನೀವು,
ಜ್ಞಾನಯೋಗಾಶ್ರಮದ ಬೆಳಕು ನೀವು,
ಯೋಗದ ಗುರು, ಭಕ್ತಿ ಸುಧೆಯ ಹರಿಸಿದ ಜ್ಞಾನಿ ನೀವು.
ಕಿಸೆ ಇಲ್ಲದ ಅಂಗಿ ತೊಟ್ಟ ಯೋಗಿ ನೀವು,
ಯಾವ ವ್ಯಾಮೋಹಕ್ಕೂ ಒಳಗಾಗದ ತ್ಯಾಗಿ ನೀವು.
ಹಣ, ಪ್ರಶಸ್ತಿಗಳನ್ನೂ ನಗುತ್ತಲೇ ನಿರಾಕರಿಸಿದ ಸಂತ ನೀವು,
ಪ್ರವಚನದಿಂದ ಕೋಟ್ಯಂತರ ಹೃದಯ ಗೆದ್ದ ಸರಳ ಜೀವಿ.
ಶಿವ-ಶಿವ ಎಂದರೆ ನೋಡಲಿಲ್ಲ, ಹರ-ಹರ ಎಂದರೆ ಕೇಳಲಿಲ್ಲ,
ದೇವರು ಹೀಗಿರಬೇಕು ಎಂದು ತೋರಿಸಿಕೊಟ್ಟವರು ನೀವು.
ಮೌನವಾಗಿಯೇ ಜ್ಞಾನಸುಧೆ ವಿತರಿಸಿ,
ಮೌನವಾಗಿಯೇ ಹೊರಟುಹೋದ ಪೂಜ್ಯರು.

ಗುರುವಿಗೊಂದು ಕವನ

ರಚನೆ: ಎನ್. ಎಫ್ ಕಿತ್ತೂರು

❖ ❖ ❖

ಶಿ ಸ್ತು ಸಂಯಮದ ವಿಶಿಷ್ಟ ಹರಿಕಾರರು.
ಕ್ಷ ಮಾಗುಣವನ್ನು ಮೈಗೂಡಿಸಿಕೊಂಡವರು.
ಕ ರುಣೆಯನ್ನು ಸದಾ ಸರ್ವರಿಗೂ ತೋರುವರು.
ರ ತ್ನಕ್ಕೂ ಮಿಗಿಲಾದ ಈ ನನ್ನ ಬಾಂಧವರು.
ದಿ ನಪತ್ರಿಕೆ ಓದುವ ಹವ್ಯಾಸವುಳ್ಳವರು.
ನ ಗುವಿನ ಅಸ್ತ್ರದಿಂದ ದುಃಖ ಮರೆಸುವವರು.
ವಿ ಶ್ವದ ಜ್ಞಾನ ಸದಾ ಅರಿವು ವವರು.
ಶೇ ಖರಿಸಿದ ಜ್ಞಾನದ ದೇಗುಲದಂತವರು.
ಷ ರತ್ತು ಬದ್ಧ ಆವ್ಹಾನ ಸ್ವೀಕರಿಸುವವರು.
ಕ ಲಿಕೆಯಲ್ಲಿ ಹೊಸತನ ಹುಡುಕುವರು.
ವ ಚನಗಳ ಬೋಧನೆಯಲ್ಲಿ ಪಾರಂಗತರು.
ನ ಮ್ಮ ಭವ್ಯ ಭಾರತದ ಮಹಾಶಿಲ್ಪಿಗಳು.
ನ ಮ್ಮ ತಪ್ಪು ತಿದ್ದಿ ಮುನ್ನಡೆಸುವವರು.
ಜೀ ವಕ್ಕೆ ಜೀವ ಕೊಡುವ ಗುರು ಆತ್ಮೀಯರು.
ರ ವಿಯ ಹಾಗೆ ಜ್ಞಾನದ ಬೆಳಕು ನೀಡುವವರು.

ನನ್ನ ಪ್ರೀತಿಯ ತಂಗಿ

ರಚನೆ: ರಾಜು ಗಸ್ತಿ

❖ ❖ ❖

ನೀನಿರುವೆ ಮೃದುವಾದ ಸುಮದಂತೆ;
ಸದಾ ಪರಿಮಳ ಬೀರುವ ಹೂವಿನಂತೆ!
ನಗುತಿರು ನೀ ಮಗುವಿನಂತೆ;
ನಿನ್ನ ಪೊರೆಯುವೆ ನಾ ತಾಯಿಯಂತೆ!

ಮಲಗು ನೀ ಹಾಯಾಗಿ ಮಗುವಂತೆ;
ನಿನಗಾಗಿ ಕಾಯುವೆ ನಾ ತಂದೆಯಂತೆ!
ನನ್ನ ನಿದ್ದೆಗೆ ಯಾವುದೇ ಭಂಗ ಬಾರದಂತೆ;
ನಿನಗಾವುದೂ ದೃಷ್ಟಿ ತಾಕದಂತೆ!

ಕಾಯುವೆ ನಿನ್ನ ಕಣ್ಮಣಿಯಂತೆ;
ನೀ ನನ್ನ ಜಾಣ್ಮೆಯಂತೆ!
ನನ್ನ ಜೊತೆಯಾಗಿರು ಆತ್ಮದಂತೆ;
ನನ್ನಲಿ ಬೆರೆತಿರು ಉಸಿರಂತೆ!

ಹಾಡು ನೀ ಕೋಗಿಲೆಯಂತೆ;
ಕೇಳುವೆ ನಾ ಆರಾಧಕನಂತೆ!
ನರ್ತಿಸು ನೀ ನವಿಲಿನಂತೆ;
ನೋಡುವೆ ನಾ ಪ್ರೇಕ್ಷಕನಂತೆ!

ನೀನು ಹಾಡಿದಂತೆ...

ರಚನೆ: ಡಾ. ನಿಂಗಪ್ಪ ಮುದೇನೂರು

❖ ❖ ❖

ನೀನು ಹಾಡಿದಂತೆ ನಾನು ಹಾಡಿದೆ
ನೀನು ಬೆಳಗುವಂತೆ ನಾನು ಬೆಳಗಿದೆ || ಪ ||

ನನ್ನ ಉಸಿರಲಿ ನಿನ್ನ ಉಸಿರು ಬೆರೆತು,
ಪ್ರತಿ ಉಸಿರಿಗೂ ನುಡಿ ಪದವಾಗಿದೆ
ಪ್ರತಿ ಬೆಳಗು ನಿನ್ನ ಕಣ್ಣ ಮುಂದೆ ಹಾದು
ಬಾಳು ಬೆಸೆದ ಒಡಲ ನೂಲಾಗಿದೆ ||

ನಿನ್ನ ಹೆಜ್ಜೆಯಲಿ ನನ್ನ ಹೆಜ್ಜೆಯನಿರಿಸಿ
ನಡೆವ ಲೋಕದ ಹಾದಿ ಹುಲುಸಾಗಿದೆ
ತಾವರೆಯ ಕೊಳದಲ್ಲಿ ನೆಟ್ಟ ಚಂದ್ರನ ಬಿಂಬ
ಪಡೆವ ಸಮಸುಖದ ಭಾವ ನಮದಾಗಿದೆ ||

ಚೆಲುವನರಸುವ ನನ್ನ ಚೆಲುವಿಕೆಗೆ ಇಂಬಾಗಿ
ನಿಂತ ಶಿಲ್ಪದ ತೇರು ನಿನದಾಗಿದೆ
ತೇರನೆಳೆವ ಭಾವದಲಿ ಕೂಡಿ ಬೆಳೆದ ಮಗುವ
ತುಟಿಯ ಅಂಚಿನ ನೊರೆ ಬಿಂಬ ಹಾಲ್ಗಡಲಾಗಿದೆ ||

ಹಬ್ಬಗಳಲ್ಲಿ ನೀನುಟ್ಟ ಸೀರೆಯಂಚಿನ ಬಣ್ಣ
ಮಾಸದೆ ದಿನ ಉರುಳಿ ಮಾಗಿ ನಿಂತಿದೆ
ಯಾವ ಭೇದವೂ ಇರದ ನಿನ್ನ ಹೃದಯದ ಹಾಡು
ನಮ್ಮ ಕಷ್ಟವನು ಸೋಸಿ ತಿಳಿಯಾಗಿದೆ
ಬೃಂದಾವನದಂತೆ ಹಸಿರಾಗಿದೆ || ಪ ||

ಅಮ್ಮ

ರಚನೆ: ಮೊಹಮ್ಮದ್ ಸಮದಾನಿ ಜವಾಲಿ

❖ ❖ ❖

ಓ ನನ್ನ ಪ್ರೀತಿಯ ತಾಯಿಯೇ
ನನಗೆ ಪ್ರೀತಿ ನಿನ್ನ ಮೇಲೆ
ಸದಾ ಇರಲಿ ನಿನ್ನ ಆಶೀರ್ವಾದ ನನ್ನ ಮೇಲೆ

ನಿನ್ನ ಪ್ರೀತಿ ಮರದ ಹರಡುವಂತಹ ಬೇರಿನಹಾಗೆ
ಓ ನನ್ನ ತಾಯಿಯೇ
ನೀನು ನನಗೆ ದೇವರ ಹಾಗೆ

ಯಲ್ಲಗಿಂತು ಮಿಗಿಲು ಸ್ವರ್ಗ
ಓ ನನ್ನ ತಾಯಿಯೇ
ನೀನು ನೀಡಿದೆ ನನ್ನ ಜೀವನಕ್ಕಾಗಿ ಮಾರ್ಗ

ನಿನ್ನ ಮಮತೆ ಸಾಗರದ ಹಾಗೆ
ಓ ನನ್ನ ತಾಯಿಯೇ
ನಿನ್ನ ಋಣ ತೀರಿಸಲದಂತ ಹಾಗೆ

ಭಾವ ನೋಟ

ರಚನೆ: ಸೌಮ್ಯ ಪ್ರಕಾಶ್ ನೇತ್ರೇಕರ್

❖ ❖ ❖

ಕನ್ನಡಿಯಲಿ ನೋಡಿದಾಗ
ಆ ಸೆಲೆಯ ನೋಡಿದೆ
ಯೌವನದ ಶೃಂಗಾರದಲಿ
ಒಳನೋಟದ ಕೋಮಲತೆಯಲಿ
ಹೆಣ್ತನವು ಮೈ ಸೇರಿದೆ
ನನ್ನಾಳದ ಸಂಸರ್ಗದಲಿ
ಬಂಧಗಳಿಲ್ಲ, ಭಾವ ತುಂಬಿದ
ಜೀವನದಿ ಪ್ರೀತಿಯಲಿ
ಮನ ರೆಕ್ಕೆ ಬಿಚ್ಚಿ ಹಾರಿದೆ
ನಾ ಬರೀ ದೇಹವಲ್ಲ
ಅಂತರಾಳದ ಒಡತಿ
ಜೀವದಾತ್ಮದ ಸ್ಫೂರ್ತಿ
ಇಲ್ಲ ಬಂಧವಿಲ್ಲ ಎನ್ನ ಅಸ್ಮಿತೆಗೆ
ನಾ ಸ್ವಾತಂತ್ರ್ಯವ ಕಸಿದವಳು
ಅಂತರಾತ್ಮದ ಪ್ರಜ್ಞೆ ಇತ್ತವಳು

ಮೇಘದ ಪಯಣ

ರಚನೆ: ವೆಂಕಟೇಶ ದಿನ್ನಿ

❖ ❖ ❖

ಚಲಿಸುತ್ತಿಹವು ಮೋಡಗಳು ಮೂಡಣದ ಕಡೆಗೆ
ತಮ್ಮ ಎದೆಯ ಭಾರವಿಳಿಸಲು, ಈ ಧರೆಯ ಧಾಹ ತಣಿಸಲು,
ಗಾಳಿಯ ಗಾಳಕ್ಕೆ ಸಿಲುಕಿ, ಇಳೆಯ ಮೋಹಕ್ಕೆ ಮರುಳಾಗಿ
ಪಯಣ ಮುಗುಸುತಿಹವು ಹನಿಯಾಗಿ, ಆನಂದಭಾಷ್ಪವಾಗಿ,
ತುಂಬುವವು ಚೈತನ್ಯವ ಈ ಹಸಿರ ಸಿರಿಗೆ, ಜೀವಿಗಳ ಜೀವಾಣಕ್ಕೆ,
ಹೆಚ್ಚಾಗಿ ಹರಿಯುವವು ನದಿಯಾಗಿ, ಸಾಗುವವು ಬಳುಕು ಬಳ್ಳಿಯಾಗಿ,
ಕೊನೆಗೂ ಸಂದಿಸುವವು ತನ್ನ ಮೂಲವನ್ನು ಆ ಸಾಗರವನ್ನು ....

ನಿನ್ನವಳಲ್ಲದ ನಿನ್ನವಳು.

ರಚನೆ: ರೇಖಾ ಬಿ

❖❖❖

ಬರೆಯಲು ಲೇಖನ ಹಿಡಿದು ಕುಳಿತಾಗಿತ್ತು,
ಕಂಬನಿ ಮುತ್ತಿನಂತೆ ಕಾಗದದ ಮೇಲ್ಬಿತ್ತು,
ಅವಳಿಗಾಗಿ ಅತ್ತ ಆ ದಿನಗಳ ನೆನಪಾಗಿತ್ತು,
ಸ್ನೇಹಕ್ಕೆ ನಾ ಕೊಟ್ಟ ಬೆಲೆ ಕೊನೆಗೊಂಡಿತ್ತು.

ಸ್ನೇಹವನ್ನೊಂದೆ ಕೇಳಿದ್ದೆ ನಾ ನಿನ್ನಲ್ಲಿ
ಅದೇ ನನ್ನ ತಪ್ಪೆಂದು ಅರಿತೆ ಕೊನೆಯಲ್ಲಿ.
ನನ್ನನ್ನು ದೂರದವರಂತೆ ಕಂಡೆ ನೀನು,
ಅದು ನನ್ನರಿವಿಗೆ ಬಂದಾಗ ದೂರಾದೆ ನಾನು.

ನೀ ಬಂದರೂ ಮೊದಲಿನಾಗೆ ನಾ ಇರದವಳು
ಒಬ್ಬಂಟಿಯಾಗಿರಬೇಕೆಂದು ಧೈರ್ಯದಿ ನಡೆದವಳು.
ಇಂತಿ, ನಿನ್ನವಳಲ್ಲದ ನಿನ್ನವಳು.....

ಪ್ರೀತಿ

ರಚನೆ: ಮುತ್ತಪ್ಪ ಮಣ್ಣೂರ

❖ ❖ ❖

ಪ್ರೀತಿ ಸಿಕ್ಕ ಕೊಕ್ಕೆಗೆ ಹುಳವು ಮೆತ್ತಿತ್ತು
ಕೊಕ್ಕೆ ಮುರಿಯಲು ಕೆಳಗೆ ಕಂದರವಿತ್ತು
ಸಾಗುತ್ತಿತ್ತು ಪಯಣ ಪ್ರೀತಿಯ ನಂಬಿಕೆಯಲಿ
ಹಾದಿ ತಪ್ಪಿ ಜೀವನವು ಹಾಳಾಗಿತ್ತು

ಪ್ರೀತಿಯ ಜೀವನ ಮುಗಿಯಲು ಅಲ್ಲಿಗೆ
ಸ್ವರ್ಗ ನರಕವು ಎದುರು ಕಾಣುತ್ತಿತ್ತು
ಸ್ವರ್ಗವಾದರೂ ಇರಲಿ ನರಕವಾದರೂ ಬರಲಿ
ನಾವಿಬ್ಬರೂ ಮಾತ್ರ ಜೊತೆಯಲ್ಲೇ ಇರಲಿ....

ಎಂದು ಪ್ರೇಮಿಗಳ ಮನವು ಹೇಳುತ್ತಿತ್ತು
ಅದರಲ್ಲಿ ನಂಬಿಕೆಯ ಬಂಧವಿತ್ತು.

ನನ್ನೂರು ಸಿರಿಯಾಳ

ರಚನೆ: ಮಹೇಶ್ ಪ್ಯಾಟಿ

❖❖❖

ಶಿರದೋಳು ಸಿರಿಯಾಗಿರ್ಪ ,ಶಿವನೊಂದಿದ ಬನವಾಗಿರ್ಪ ,
ವನದರ್ಬೆಯಲಿ ಪಂಚರಂಗದ ನವಿಲಾಗಿರ್ಪುದು
ನನ್ನೂರು ಸಿರಿಯಾಳ ,ಬೆಟ್ಟದೆತ್ತರದ ಗೋಪುರಂಗಳ ಕಾಣ್ವೆ,
ಚಿತ್ತಕರಗಿಸುವ ಶಿಲ್ಪಕಲೆಗಳಂ ಕಾಣ್ವೆ,
ಸರಪೊಲಿಯಂತರಿವ ನದಿತೋರೆಗಳಂ ಕಾಣ್ವೆ,
ಅತಿಸುಂದರ ಶ್ರೀಶೈಲಮಂ ಪೋಲುವುದು ನನ್ನೂರು
ಸಿರಿಯಾಳ,ಕಲ್ಲು ಕರಗುಪುದು ಮುಳ್ಳು ಸವಿಯುಪುದು
ಸಲ್ಲದು ಸುಲುಗೆ ನನ್ನೂರು ಜನಂಗಳಿಗೆ ಬಲು ಚಿಕ್ಕ
ರಾಮರಾಜ್ಯ ನನ್ನೂರು ಸಿರಿಯಾಳ,
ಸತ್ಯವೇ ಸ್ವರ್ಗಮಂ,ಹುಸಿನುಡಿಯೇ ನರಕಮಂ ,
ವೈಭವದ ದೇವಲೋಕಮಂ ನನ್ನೂರು ಸಿರಿಯಾಳ

ಹೆಣ್ಣನ್ನು ಈ ಜಗದಲಿ ಯಾರು ಅರಿತವರು...?

ರಚನೆ: ಸುಷ್ಮಾ ಸಿಂಧ್ವಾಳ್ ಹೆಚ್. ಕೆ

❖ ❖ ❖

ನೀನಾರಿಗಾದೆ ಓ ಹೆಣ್ಣೆ ಈ ಜಗದಲಿ
ಕಷ್ಟದಲ್ಲೂ ಜೊತೆ ನಡೆವೆ ಸುಖದಲ್ಲು ಜೊತೆ ಇರುವೆ
ನಿನ್ನ ಕಂಡವರಾರು ನಿನ್ನ ನಿಂದವರಾರು
ಮೊಟ್ಟಮೊದಲು ನೀನು ಯಾರು
ನೀನಾರಿಗಾದೆ ಓ ಹೆಣ್ಣೆ ಈ ಜಗದಲಿ .....!

ಆ ದೇವನೇ ಸೃಷ್ಟಿಸಿದ ಈ ನಿನ್ನ ಜನ್ಮವಾ
ಆ ದೇವನೇ ಕರುಣಿಸಿದ ನಿನೊಳಗಿನ ಮತ್ತೊಂದು ಮರು ಜನ್ಮವಾ
ನಿನ್ನ ಗುರಿ ನಿನ್ನ ಸಾಧನೆ ಕಂಡು
ಆ ದೇವರೂ ಕೂಡ ಬೆರಗಾಗುವನು
ಆದರೆ ಈ ಜಗದಲಿ ನಿನ್ನ ಉಸಿರಿಗೆ ಅವಕಾಶವಿಲ್ಲ
ನೀನರಿಗಾದೆ ಓ ಹೆಣ್ಣೆ ಈ ಜಗದಲಿ !!

ಭಯ ಭಕ್ತಿ ಇರುವ ನಿನಗೇ
ಮಡಿಯಿಂದ ಇರುವ ಅವಕಾಶವಿಲ್ಲ,
ದೇವಾಲಯದ ಗರ್ಭದಲಿ ಆಹ್ವಾನವಿಲ್ಲ.
ಏನು ಪಾಪ ಮಾಡಿ ಸೃಷ್ಟಿಸಿಕೊಂಡೆ
ಈ ನಿನ್ನ ಸಾರ್ಥಖ ಜನ್ಮವಾ
ನೀನಾರಿಗಾದೆ ಓ ಹೆಣ್ಣೆ ಈ ಜಗದಲಿ ....!!

ಅವಳೊಂದು ಅದ್ಭುತ ಕಾವ್ಯ...

ರಚನೆ: ಭಾಗ್ಯವತಿ ದೇಶಪಾಂಡೆ

❖❖❖

ಅವಳೊಂದು ಅದ್ಭುತ ಕಾವ್ಯ,
ಪ್ರತಿಬಾರಿ ನಾ ಓದಿ ತಿಳಿಯುವ ಪ್ರಯತ್ನ ಮಾಡಿದಾಗಲೂ,
ಹೊಸ ಅರ್ಥವನ್ನೇ ನೀಡುತ್ತಾಳೆ,
ತದೇಕ ಚಿತ್ತದಿಂದ ನೆನಪುಗಳಲ್ಲಿ ಬಂಧಿಸಿ
ಹಿಡಿದಿಟ್ಟು ಬಿಡುತ್ತಾಳೆ,
ಕೆಲವೊಮ್ಮೆ ಹುಮ್ಮಸ್ಸಿನ ರಾಗವಾಗಿ ಬದಲಾದರೆ,
ಇನ್ನು ಕೆಲವೊಮ್ಮೆ ನೋವಿನ ಹಾಡಾಗಿ ಬಿಡುತ್ತಾಳೆ,
ಬಿಡದ ಬಂಧಕ್ಕೋ-ಭಾವಕ್ಕೋ ಏನೋ..
ದೂರವಾಗದೆ ನೆರಳಾಗಿ ಇನ್ನು ಸುಡುತ್ತಿದ್ದಾಳೆ
" ನೆನಪಾಗಿ"

ಬಾಳದ ಗಿಡ

ರಚನೆ: ಪರಿಮಳ ಆರ್ ಹಿರೇಮಠ್

❖ ❖ ❖

ನನ್ನ ಜೀವನದ ಅಂಗಳದಿ ಒಂದು ಗಿಡವು ಹುಟ್ಟಿತು |
ನೋಡಿ ಅದನು ನಾನು ಬಹಳ ಹರುಷಪಟ್ಟೆನು || ೧ ||

ದಿನವು ಅದಕ್ಕೆ ನೀರು ಎರೆದು ನಾನು ಬೆಳೆಸಿದೆ |
ಈಗ ಅದುವೇ ಫಲವು ಕೊಡುವ ಮರವು ಆಯಿತು || ೨ ||

ಗಿಡದಿ ಮೊದಲು ಮೊಗ್ಗು ನೋಡಿ ಕುಣಿದು ಬಿಟ್ಟೆನು |
ನನ್ನ ಗಿಡದ ಫಲವು ಎಂದು ಹೇಳಿಕೊಂಡೆನು || ೩ ||

ಯಾರ ಕಣ್ಣು ಬೀಳದಿರಲು ದೃಷ್ಟಿ ತೆಗೆದೆನು |
ನೂರು ವರ್ಷ ಬಾಳಲೆಂದು ಹಾರಿಸಿಬಿಟ್ಟೆನು || ೪ ||

ಒಂದು ತೊಟ್ಟು ನೀರಿದ್ದಿದ್ದರೆ!

ರಚನೆ: ಶಿವಕುಮಾರ (ಸೂರ್ಯ) SIGGFGCW, ಸಾಗರ

❖ ❖ ❖

ಚಂದ್ರನ ಮೇಲೊಂದು ಹನಿ
ನೀರಿದ್ದರೆ ಪ್ರೀತಿಯ ಸಸಿ ನೆಡಬಹುದಿತ್ತು.
ಗುಡಿ ಚರ್ಚು ಮಸೀದಿಗಳನ್ನು ಕಟ್ಟಿ
ಮೊದಮೊದಲು ಭಾವಕ್ಯೆತೆಯ ಪದ
ಗುನಗಬಹುದಿತ್ತು
ಚಂದ್ರನ ಮೇಲೊಂದು ತುಸು ಗಾಳಿ
ಬೀಸುತ್ತಿದ್ದರೆ ಗಾಳಿಸುದ್ದಿ ಹಬ್ಬಿಸಿ
ಚಂದ್ರನನ್ನು ರಕ್ತಸಿಕ್ತಾವಾಗಿಸಬಹುದಿತ್ತು..

ನನ್ನ ನಾಡು ನನ್ನ ನುಡಿ

ರಚನೆ: ರೇಣುಕಾ ವಿ ಜೋಶಿ

❖ ❖ ❖

ಎನಿತು ಸುಂದರ ಈ ನಮ್ಮ ಕನ್ನಡ
ಉಸಿರಾಗಲಿ ಕನ್ನಡ ಹಸಿರಾಗಲಿ ಕನ್ನಡ || ಪಲ್ಲವಿ||
ನಮ್ಮ ನಾಡು ಸಂಸ್ಕೃತಿಯ ಬೀಡು
ವೀರ ಧೀರರಾಳಿದ ನೆಲೆವೀಡು
ಸಾಹಿತ್ಯ ಶಿಲ್ಪಕಲೆಗಳ ತವರೂರು
ಕನ್ನಡಿಗರಿಗೆ ಸ್ಫೂರ್ತಿಯ ಸೂರು ||1||
ಕನ್ನಡಾಂಬೆಯ ಕುಡಿಗಳು ನಾವು
ಯಾರಿಗೂ ಕೊಡುವುದು ಬೇಡ ನೋವು
ಮನೆಮನಗಳಲಿ ಉಳಿಯಲಿ ಪ್ರೀತಿ
ಹಚ್ಚೋಣ ಕನ್ನಡದ ಜ್ಯೋತಿ ||2||
ಅದೇಕೊ ನಿರ್ಲಕ್ಷ ನಮ್ಮ ಭಾಷೆ ಎಂದೊಡೆ
ಗಮನ ಸೆಳೆಯುತ್ತಿದೆ ಆಂಗ್ಲ ಭಾಷೆಯ ಕಡೆ
ಪ್ರೀತಿಯಿಂದ ಉಳಿಸೋಣ ನಮ್ಮ ಭಾಷೆಯ
ಕಲಿಯೋಣ ಗೌರವಿಸೋಣಅನ್ಯ ಭಾಷೆಯ || 3 ||

ನೆಲದ ನೋವು

ರಚನೆ: ಪಲ್ಲವಿ ಡಿ ದೇಸಾಯಿ

❖ ❖ ❖

ಗುಡುಗು ಸಿಡಿಲಿನ ಮಳೆಯು |
ಒಣಗಿಹುದು ಎಲ್ಲಾ ಬೆಳೆಯು ||

ಮಳೆ ಬರಲೆಂದು ಬೇಡುವ ರೈತ |
ಏತಕೆ ಬಾರದೋ ನಿನಗೆ ಕರುಣೆ || ೧ ||

ವರ ನೀಡಲು ಸುರಿಯಿತು ಮಳೆಯ |
ಕುಂದಿತು ಭೂತಾಯಿಯ ಕಳೆಯ ||

ನದಿ ಹಳ್ಳ ಕೊಳ್ಳಗಳು ಕೊಚ್ಚಿದವು ರಭಸಕೆ || ೨ ||

ಬೆಳೆ ಹಾಳಗಿ ಅನ್ನ ಇಲ್ಲವಾಯಿತು |
ಹಸಿದ ಹೊಟ್ಟೆಗೆ ಅನ್ನ ನೀಡಿ ನೀಗಿಸು ಅವರ ಹಸಿವು ||

ಅನ್ನಪೂರ್ಣೆಯಾಗಿ ಕರುಣೆ ತೋರಿ || ೩ ||

ನಿನ್ನ ಕೋಪಕ್ಕೆ ಗುರಿಯಾದ ಜನ |
ಕಳೆದು ಕೊಂಡರು ಸಕಲ ಸಂಪತ್ತು ||

ಶಾಂತವಾಗಿ ಒಮ್ಮೆ ವಿಚಾರಿಸು |
ಅವರ ಕಷ್ಟವ ಪರಿಹರಿಸು || ೪ ||

ಮಾಟ ಹಕ್ಕಿಗಳಾಟ

ರಚನೆ: ಶಶಿಕಲಾ ತಿರ್ಲಾಪುರ

❖ ❖ ❖

ಮಾಟ ಹಕ್ಕಿಗಳಾಟ
ನೇಸರನ ಬರುವಿಕೆ
ಇಬ್ಬನಿಯ ನೆನೆವಿಕೆ
ಮೈಯೊಡ್ಡಿ ಬಂದಿರುವ
ಮಾಟ ಹಕ್ಕಿಗಳಾಟ
ನೋಡಲು ಕಣ್ಣಿಗೆ ಸವಿಯೂಟ.

ಗರಿಗೆದರಿ ನಿಂತಿರುವ
ಕೊಕ್ಕರೆಯ
ಮೆಲುಕಿರುವ
ರಂಜನೀಯ ಬಾನಂಗಳದಲಿ
ಹಾರಾಡುವ ಸ್ವತಂತ್ರ
ಬದುಕಿನತ್ತ ಸಾಗುವ ಹಕ್ಕಿಗಳ ಕಲರವ.

ಕೊರೆಯುತಿರುವ ಚಳಿಗೆ
ಮೈಯೊಡ್ಡಿ ಗರಿಗೆದರಿ
ಮನಬಿಚ್ಚಿ ಹಾರಾಡಿ
ನಲಿಯುತಿರುವ ಮಾಟ ಹಕ್ಕಿಗಳಾಟ
ನೋಡಲು ಚೆಂದ ಮನದಾನಂದ.

ನನ್ನವಳು

ರಚನೆ: ಪಂಚಾಕ್ಷರಿ ಡಿ

❖ ❖ ❖

ಕರಡು ರಾತ್ರಿಯಲಿ ಕನಸಲಿ ಕಾಡಿದ ಸ್ವಪ್ನ ಸುಂದರಿ
ಬರಡು ಜೀವಕೆ ಭಾವನೆಗಳ ಬಣ್ಣ ಹಚ್ಚಿದ ರತ್ನಮಂಜರಿ

ಭಾವಲಹರಿಯಲ್ಲಿ ಅಂದವೆಂಬ ಅಚ್ಚಿನಲಿ ಪ್ರೀತಿಯನ್ನೆಲ್ಲ ಅದರಲೊತ್ತಿ
ಬ್ರಹ್ಮ ಸೃಷ್ಟಿಸಿದ ಕರ್ಪೂರದ ಬೊಂಬೆ ಅವಳು

ಅವಳ ಕಣ್ಣುಗಳು ಮರೆಸುತ್ತವೆ ನನ್ನೆಲ್ಲಾ ಕಾಮನೆ
ಧ್ವನಿಕೇಳಿದರೆ ನಡುಗುವುದು ಮೈಮನ ಏಕೊ ಸುಮ್ಮನೆ

ಏರಿಹುದು ಅವಳ ಹೆಸರಲ್ಲಿ ಆಗಸದೆತ್ತರದ ತಾಪ
ಮೂಗುತಿಯ ಅಂಚಿನಲ್ಲಿಹುದು ಬಿಡಿಗಣ್ಣ ಮುಂಗೋಪ.

ಕುಣಿವ ನವಿಲಿನ ಮಿಂಚಿನ ಕಣ್ಣಲ್ಲಿ
ಹಸಿರು ಗಿಣಿಯ ಆ ಕೆಂಪು ಮೂಗಲ್ಲಿ
ಹರಿವ ಝರಿಯಾಗಿ ದೇವತೆಯ ರೂಪದಲಿ
ಬೀಸುವ ಗಾಳಿಯ ಬೆಚ್ಚನೆಯ ತಾಪದಲಿ
ಬಣ್ಣಿಸಬಲ್ಲೆ ಅವಳನ್ನು ಹಲವಾರು ರೂಪದಲ್ಲಿ
ಹೆಸರು ಮಾತ್ರ ಕೇಳಬೇಡಿ ನಾನಿರುವೆ ಅವಳ ಪ್ರೀತಿಯ ಶಾಪದಲ್ಲಿ

ಇಳೆಗೆ ಬಂದ ಎಳಸು

ರಚನೆ: ಗೀತಾ ಎಸ್ ಶಿರೋಳಕರ್

❖ ❖ ❖

ಈಗ ತಾನೆ ಇಳೆಗೆ ಬಂದ ಎಳಸು ನೀನು.
ಎನ್ನ ಸರ್ವ ಸುಖದ ಎಳೆಎಳೆಯು ನೀನು.

ಮುಟ್ಟಲೇನು? ನಿನ್ನ ಗುಂಡು ಹಾಲುಗಲ್ಲ.
ಮುತ್ತಿಡಲೇನು? ಹವಳದ ತುಟಿಗೆ ಜೇನು-ಬೆಲ್ಲ.

ಕಪ್ಪಿಡಲೇನು? ಕೂಡಿದ ಕುಡಿ ಹುಬ್ಬಿಗೆಲ್ಲ.
ತಲೆದೂಗಲೇನು? ನಿನ್ನ ಕಾಲ್ಗೆಜ್ಜೆಯ ನಾದಕೆಲ್ಲ.

ಕಚಗುಳಿ ಇಡಲೇನು? ಎದೆಗೊದೆವ ಪಾದಕೆಲ್ಲ.
ಹಾಲುಣಿಸಲೇನು? ಹಸಿದ ಹೊಟ್ಟೆಗೆ ಮೆಲ್ಲ.

ಸಂಭ್ರಮಿಸಲೇನು? ಆಟದ ಕೇಕೆಗಳನೆಲ್ಲ.
ಋಣಿಯಾಗಲೇನು? ಪಡೆದ ತಾಯ ಸುಖಕೆಲ್ಲ.

ನಗು

ರಚನೆ: ಶುಭಾಂಗಿ ಸಂಜಯಕುಮಾರ ಪಾಟೀಲ

❖ ❖ ❖

ಮೊಗವೆಂಬ ಅಂಗಳದಲ್ಲಿ
ಸದಾ ಅರಳಲಿ ಹೂವೆಂಬ ನಗು
ಇಲ್ಲಿ ನಗುವ ಮನಸೇ ಪುಟ್ಟ ಮಗು

ಮದ್ದಿನಂತಿರುವ ಈ ನಗುವಿನ ಭರಣಿ
ಮರುಕಳಿಸುವುದು ಸವಿನೆನಪಿನ ಸರಣಿ
ನಗುವಿನಿಂದಲೇ ಸ್ವರ್ಗವಾಗುವುದೀ ಧರಣಿ

ಬರಿದಾಗದಿರಲಿ ನಗುವಿನ ಜೋಳಿಗೆ
ನಗುವೇ ಬಾಳಿನ ಸಿಹಿ ಹೋಳಿಗೆ

ನಕ್ಕರೇ ದೂರ ಎದೆಯ ಭಾರ
ನಗುತ್ತಲೇ ಸಾಗಲಿ ಬಾಳ ತೇರಾ

ನಿರಂತರವಾಗಲಿ ನಗುವಿನ ಸುರಿಮಳೆ
ಬಾಡದಿರಲಿ ನಗುವಿನ ಕಳೆ

ನಗುತಿರು ಇಲ್ಲದೆ ಯಾವ ಕಾರಣ
ನಗಲು ಬೇಕಿಲ್ಲ ಯಾವುದೇ ಹಣ

ಮನತುಂಬಿ ನಗುತಿರು ನೀ ಕ್ಷಣ ಪ್ರತಿಕ್ಷಣ

ಯುಗಪುರುಷ ಬಂದಾನು

ರಚನೆ: ಕಲ್ಮೇಶ್ವರ ಹಂಪಣ್ಣವರ್

❖ ❖ ❖

ಯುಗಪುರುಷ ಬಂದಾನು,ಏಳಿಗೆಯ ತಂದಾನು,
ಭಾರತಾಂಬೆಗೆ ಹೆಮ್ಮೆಯ ಮಗನ್ಯಾಗಾನು,
ವಿಶ್ವ ಮಾನ್ಯತೆಯ ಕೊಡಿಸ್ಯಾನು.ಯುಗಪುರುಷ
ಬಂದಾನು!!ಸ್ವಚ್ಛತೆಯ ಪಾಠ ಹೇಳ್ಯಾನು,ಐಕ್ಯತೆಯ
ಸಂದೇಶ ಕಲಿಸ್ಯಾನು, ರೈತರಿಗೆ ತಿಳವಳಿಕೆ ಸಂಭೋಧಿಸ್ಯಾನು,
ವಿಧ್ಯಾರ್ಥಿಗಳಿಗೆ ಪರೀಕ್ಷೆಯ ಬಗ್ಗೆ ಚರ್ಚೆ ಮಾಡ್ಯಾನು,
ಯುಗಪುರುಷ ಬಂದಾನು!!ದಿನದ ೧೮ ತಾಸು ದುಡಿತಾನು,
ಲೆಕ್ಕ ಇಲ್ಲದಷ್ಟು ದೇಶ ಭಾರತೀಯರ
ಸಲುವಾಗಿ ತಿರಗ್ಯಾನು,ಟ್ರಂಪ್,
ಪುಟಿನು, ಬೆಂಜಮಿನ್ನು ಇವನಿಗೆ ದೋಸ್ತ
ಅಂತಾರು, ಯುಗಪುರುಷ ಬಂದಾನು!!

ಒಪ್ಪಿಕೊ ನನ್ನನ್ನು

ರಚನೆ: ಹಿತೇಶ್ ಎಚ್ ಅನಂತಪುರ

❖ ❖ ❖

ಇನ್ನೊಬ್ಬನಿಗಾಗಿ ನನ್ನನ್ನು
ಒಪ್ಪಿಕೊಳ್ಳದ ಮನಸ್ಸು ನಿನ್ನದು,
ಆದರೂ ನಿನಗಾಗಿಯೇ ಕಾಯುತ್ತಿರುವ
ಹುಚ್ಚು ಮನಸ್ಸು ನನ್ನದು
ಕಂಡೆ ಆ ಮುತ್ತಿನ ಕಣ್ಣುಗಳು ನಿನ್ನವು
ಅಂದೇ ಮನಸ್ಸು ಸೋಲಿತು ನನ್ನದು
ಭಯವಿಲ್ಲ ಈ ಜಗತ್ತಿನಲ್ಲಿ ಯಾರದ್ದು
ಆದರೆ ತುಸು ಭಯವಾಗುವುದು
ಎದುರು ಕಂಡಾಗ ನಿನ್ನನ್ನು
ನಾ ಕಾಯುವೆ ಒಪ್ಪಿಕೊಳ್ಳುವವರೆಗೂ ನೀ ನನ್ನನ್ನು
ಇನ್ನು ಅದೆಷ್ಟು ಅರ್ಥೈಸಬೇಕು ನಿನಗೆ ನನ್ನನು
ಬಿಟ್ಟು ಬಿಡು ಅವನನ್ನು
ಒಪ್ಪಿಕೊ ನನ್ನನ್ನು

ಬೆಳಕಿನ ಬದುಕು

ರಚನೆ: ಶರದ್ ಕಟ್ಕೋಳ್

❖ ❖ ❖

ಕಂಡ ಕನಸು
ಬಯಸಿದ ಪ್ರೀತಿ
ಎಂದಾದರು ದೊರೆತಿದೆಯೇ?

ಕಾಣದ ಸಂಕಟ
ಬಯಸದ ನೋವು
ಕೊನೆಗೂ ದೊರಿತೇ ಬಿಟ್ಟಿತೇ....
ಯಾಕೆ ಮತ್ತೆ ಚಿಂತೆನಲ್ಲಿ ಮುಳುಗೋನಾ?

ಬಾ.... ಆ ಹಕ್ಕಿಯ ಸಂಗ
ಓಂದು ಹಾಡು ಹಾಡೋಣ.
ನವಿಲಿನ ಜೊತೆ ಕುಣಿಯೋಣ.

ಚಂದ್ರನ ಮಡಿಲಲ್ಲಿ ಮಲಗಿ,
ಒಂದು ಕನಸು ಕಾಣೋಣ.
ಮಳೆಯ ಹನಿಯಲ್ಲಿ ನೆನೆದು,
ಒಂದು ಚುಟುಕು ಪ್ರೀತಿ ಬಯಸೋಣ.

ಸೂರ್ಯನಂತೆ ಬೆಳಗುತ್ತಾ
ಈ ಜೀವ ಬಾಳೋಣ.

ಕಾಲ್ಜಾರದಿರು ಮನವೆ ಕಗ್ಗತ್ತಲಿನಲ್ಲಿ

ರಚನೆ: ತನುಜಾ ರಾಜೇಂದ್ರ

❖ ❖ ❖

ಜಾರದಿರಲಿ ಮನ ಮೋಹದ
ಮಾಯೆಯಲ್ಲಿ ಉಕ್ಕಿ ಹರಿಯುವ
ಭಾವನೆಗಳ ಸೆರೆಯಾಳಾಗಿ....

ಮಿಡಿಯದಿರಲಿ ಮನ
ಸಿಹಿ ಮಾತುಗಳ ಜಾಲದಲ್ಲಿ
ಮಂಗ ಮನಸಿನ ಮೊರೆಹೋಗಿ...

ಕರಗದಿರಲಿ ಮನ
ಹುಸಿಗಣ್ಣೀರಿನ ಬಲೆಯಲ್ಲಿ ಕವಿದ
ಕತ್ತಲೆಯ ಜೊತೆಯಾಗಿ...

ಮೈ ಮರೆಯದಿರಲಿ ಮನ
ಬಣ್ಣದ ಬದುಕಿನಲ್ಲಿ
ಮಂದ ಬುದ್ಧಿಯ ಸಾಥಿಯಾಗಿ...

ಕುಗ್ಗದಿರಲಿ ಮನ
ಅನುಭವಗಳ ಬೇಗೆಯಲ್ಲಿ
ಸೋತ ಮನಸ್ಸಿಗೆ ಶರಣಾಗಿ...

ನೀನು ಶಾಲೆಗೆ ಹೋದಾಗ

ರಚನೆ: ಕಾವ್ಯ ಕುಲಕರ್ಣಿ

❖❖❖

ಮಗು, ನೀನು ಶಾಲೆಗೆ ಹೋದಾಗ
ನಾನು ಆರಾಮಾಗಿರುವೆ ಎಂದುಕೊಂಡೆ
ಮನೆ ಎಲ್ಲಿ ಖಾಲಿ ಖಾಲಿ !

ಅತ್ತೊಂದು ಇತ್ತೊಂದು ಬಿದ್ದ
ಬೂಟುಗಳು ಜೊತೆಗೆಯಾಗಿ ಕುಳಿತುಕೊಂಡು,
ನನ್ನ ಬಗ್ಗೆ ಏನೋ ಮಾತನಾಡುತಿವೆ

ಸಾಲು ಸಾಲಾಗಿ ನಿಂತ ದಿಂಬುಗಳು
ನನ್ನ ನೋಡಿ ಸಿಟ್ಟಾಗಿವೆ, ಅಲ್ಲಿಲ್ಲಿ ಬಿದ್ದಾಡುವ
ಆ ಆಟಿಕೆಗಳು ಒಂದೆಡೆ ಸೇರಿ,
ಏನೋ ಗುಪ್ತ ಸಭೆ ನೆಡೆಸುತಿವೆ,

ಕಥೆ ಪುಸ್ತಕಗಳು ಬಣ್ಣ ಬಣ್ಣದ ಪೆನ್ಸಿಲ್ಲುಗಳು
ಒಂದಡೆ ಕುಳಿತು ನಿನ್ನ ದಾರಿ ಕಾಯುತಿವೆ,
ಸೈಕಲ್ಲು ಒಂದಡೆ ಹಾಯಾಗಿ ನಿದ್ರೆ ಮಾಡುತಿದೆ
ಮತ್ತೆ ಸಂಜೆಗೆ ನಾನು ಆಡ್ಡಾಡಬೇಕೆಂದು,

'ಅಮ್ಮಾ ಅಮ್ಮಾ' ಎಂಬ ಕೂಗು ಕೇಳಿ
ಬಹಳ ಸಮಯ ಕೆಳೆದು ಹೋಗಿದೆ
ಮಗು ನೀನು ಶಾಲೆಗೆ ಹೋದಾಗ

ತಂದೆಯ ವಾತ್ಸಲ್ಯ

ರಚನೆ: ಸಿ ಪ್ರವೀಣ್

❖ ❖ ❖

ತನ್ನ ಬದುಕನ್ನು ಬಿಸಿಲಿನಲ್ಲಿ ಬೆಂದು
ತನ್ನ ಕಷ್ಟ ಸುಖಗಳ ನೋವಿನಲ್ಲಿ ಬೆಂದು
ತನ್ನ ಮಕ್ಕಳಿಗೆ ಜೀವನ ರೂಪಿಸುವ ಏಕೈಕ ನನ್ನಪ್ಪ
ತಾನು ನೋವಿನಲ್ಲಿ ಇದ್ದರೂ,
ತನ್ನನ್ನು ನಂಬಿರುವ ಕುಟುಂಬಕ್ಕೆ
ಸಹಾಯ ಆಲಾಪನೆ ಮಾಡುವ ನನ್ನಪ್ಪ
ಬಣ್ಣದ ಕನಸುಗಳಿಗೆ ರೆಕ್ಕೆ ಕಟ್ಟಲು
ತಾನು ಕಲ್ಲು ಮುಳ್ಳಿನ ಹಾದಿ ತುಳಿದು
ಮಕ್ಕಳ ಸಾಧನೆಗೆ ಹೆಜ್ಜೆಯಾದ ಸಾಧಕ ನನ್ನಪ್ಪ
ತಾನು ವರ್ಷಾನುಗಟ್ಟಲೆ ದುಡಿದು
ತನ್ನ ಮಕ್ಕಳಿಗೋಸ್ಕರ ನಾನು ಸದಾ
ಸಿದ್ಧ ಎಂದು ಹೇಳುವ ನನ್ನಪ್ಪ

ಮೂರು ದಿನದ ಸಂತೆಯೇ ಜೀವನ

ರಚನೆ: ವಿನಿತ್ ಕೆ. ಎಂ

❖ ❖ ❖

ಮೂರು ದಿನದ ಜೀವನ
ಮಾಸುಹೋಗುವ ಯೌವ್ವನ
ಸಮಸ್ಯೆಗಳ ಜನನ
ಪರಿಹಾರಕ್ಕೆ ಹೆದರಿದ ಮೈಮನ
ಕಷ್ಟ ಸುಖಗಳ ಈ ಯಾನ
ಎದುರಿಸಿದರೆ ಸನ್ಮಾನ
ಇಲ್ಲದಿದ್ದರೆ ಅವಮಾನ

ಮುಗಿಲ ಮೌನ ರಾಗ

ರಚನೆ: ಸೌಮ್ಯ ಪ್ರವೀಣ್

❖ ❖ ❖

ಮುಗಿಲ ಮೌನ ರಾಗದಲ್ಲಿ
ಅಳುವ ನದಿಯ ಹಾಡಿದೆ
ಬತ್ತಿ ಹೋದ ನದಿಯ ಕಣ್ಗೆ
ಮುಗಿಲು ಮಾತ್ರ ಕಂಡಿದೆ

ಸಕಲ ಜೀವ ಜಾತಗಳಿಗೆ
ನೀರನುಣಿಸಬೇಕಿದೆ
ತೀಕ್ಷ್ಣ ದೃಷ್ಟಿಯಲ್ಲಿ ಸುಡುವ
ರವಿಯ ಕೇಳಲೇನಿದೆ ?

ಕರಿಯ ಮುಗಿಲು ತಾನು
ನದಿಯ ಕರೆಗೆ ಕರಗಿ ಹೋಗಿದೆ
ಮೌನ ರಾಗದಲ್ಲಿ ಮುಗಿಲು
ಜೀವ ಜಲವ ಸುರಿಸಿದೆ

ಸ್ವಾತಂತ್ರ್ಯ ಮಹೋತ್ಸವ

ರಚನೆ: ರಮೀಲಾ ಕಟಾರಿಯಾ

❖ ❖ ❖

ಜಾತಿ ಧರ್ಮದ ಜಾತ್ರೆಯ ದಿಬ್ಬಣದಲ್ಲಿ,
ದಬ್ಬಿ ಹೋಗಿರುವ ಸಮಾಜದಲ್ಲಿ
ನಾವು ಭಾರತೀಯರೆಂದು,
ಆಚರಿಸುವೆವು ಸ್ವಾತಂತ್ರ್ಯ ಮಹೋತ್ಸವ,

ನಾವೆಲ್ಲಾ ಸಂಘ ಜೀವಿ ಎನುತ
ಕುಟುಂಬದ ಕೊಂಡಿಯನ್ನು ಕಟಕಟೆಯಲಿ ಬಿಚ್ಚಿಕೊಂಡು
ಆಚರಿಸುವೆವು ಸ್ವಾತಂತ್ರ್ಯ ಮಹೋತ್ಸವ,

ಸಾರ್ವಭೌಮದ ಮತ-ಮತಾಂತರವಾಗಿ
ಸಾರ್ವಜನಿಕರ ಸವಲತ್ತು ಶೂಲಕ್ಕೇರಿಸಿ
ನಮ್ಮ ಸ್ವಾತಂತ್ರ್ಯಕ್ಕಾಗಿ ಸಂವಿಧಾನವಿದೆಯಂದು
ರಕ್ಷಣೆಯನ್ನು ಆರಕ್ಷಕರಲ್ಲಿ ಪಡೆವೆವು,

ಶಿಕ್ಷಿತನಾಗಿದ್ದು ನನಗೋ, ಸಮಾಜಕ್ಕೋ ಎಂಬ ಗೊಂದಲದಲಿ
ಪ್ರಜಾಪ್ರಭುತ್ವದ ಪ್ರಜೆಯು ರಜೆಯಲ್ಲಿದ್ದು
ಆಚರಿಸುವನು ಸ್ವಾತಂತ್ರ್ಯ ಮಹೋತ್ಸವ.

ಆಧುನಿಕ ಏಕಲವ್ಯ

ರಚನೆ: ಡಾ. ಈರಣ್ಣ ಇಂಜಗನೇರಿ- ಧಾರವಾಡ

❖ ❖ ❖

ಮನುಜ ಕುಲವು ಒಂದೇ ಎಂದು ಹೇಳುತಿಹರು ಮಾತಲಿ
ತಮ್ಮ ಕುಲವೇ ಶ್ರೇಷ್ಠವೆಂದು ನಂಬುತಿಹರು ಕೊನೆಯಲಿ

ಬುದ್ಧ, ಬಸವ, ಗಾಂಧಿಗೆಲ್ಲಾ ಜಾತಿ ಗಡಿಯ ಕೊರೆದರು
ಹಂಚಿ ತಿನ್ನುವ ದುಡ್ಡನೆಲ್ಲ ಗಂಟು ಮಾಡಿಕೊಂಡರು

ಎಲ್ಲವುಂಟು, ಎಲ್ಲರುಂಟು ದುಷ್ಟಕೂಟ ಮಂದಿಗೆ
ರಕ್ತ ಬಸಿದು ದುಡಿವರೆಲ್ಲ ಬಾಗಿಲಲ್ಲೇ ನಿಂತಿಹರು

ಶುದ್ಧ ಕಾಯ, ಸ್ವಚ್ಛ ಮನವ, ಕೆಡಿಸುತಿಹರು ನಿತ್ಯವು
ಕಾಲ ಮಾತ್ರ ಬೇರೆ ಇಂದು ಅದೇ ಹಗಲುವೇಷವು

ಶಬ್ಧವೇದಿ ವಿದ್ಯೆ ಕಲಿತು ನೀನಾಗಬೇಕು ಏಕಲವ್ಯ
ಬಿಟ್ಟ ಬಾಣ ತಪ್ಪದಂತ, ನೀನಾಗಬೇಕು ಏಕಲವ್ಯ.

ಸಾಗರ ಎಂಬುವ ದೋಣಿಯಲ್ಲಿ

ರಚನೆ: ಪದ್ಮಶ್ರೀ ಬಿ ಟಕ್ಕಳಕಿ

❖ ❖ ❖

ಜೀವನ ಎಂಬುವ ದೋಣಿಯಲ್ಲಿ
ಹಾಡುತ ಸಾಗುವೆ ಮನಸ್ಸಿನಲ್ಲಿ
ಸಾವಿರ ಅಲೆಗಳು ಬಂದರು ನಾ
ತಡೆಯುವೆ ಮನಸ್ಸಿನ ಶ್ರಮತೆಯಲ್ಲಿ
ಬುದ್ಧಿಯ ಮಾತೆ ಮಾರ್ಗ ನಿನಗೆ
ಜೀವನ ಒಂದು ಸಾಗಿಸಲು
ಜಗವ ನೋಡಲು ಕಣ್ಣು ಸಾಲದು
ವಿಸ್ಮಯ ತಿಳಿಯಲು ಬುದ್ಧಿ ಸಾಲದು
ಸಾಗರ ಎಂಬುವ ವಿಶ್ವದಲ್ಲಿ
ಸಾಗುವೆ ನಾನು ದೋಣಿಯಲ್ಲಿ

ನನ್ನಪ್ಪ

ರಚನೆ: ಸುನಿಲ್ ಜಿ. ಬಿ

❖❖❖

ಈ ಜಗತ್ತನ್ನು ಹೇಗೆ ಹೆದುರಿಸಬೇಕೆಂದು ಹೇಳಿದ ನನ್ನಪ್ಪ
ಜೀವನದಲ್ಲಿ ಸೋಲು ಬಂದರು
ಹೇಗೆ ಬದುಕಬೇಕೆಂದು ಹೇಳಿದ ನನ್ನಪ್ಪ.
ಆದರೆ ತಾನು ಇಲ್ಲದೇ ಹೇಗೆ ಬದುಕಬೇಕೆಂದು ಹೇಳಿಲ್ಲ ನನ್ನಪ್ಪ
ಬಿಟ್ಟು ಹೋದೆ ಒಂಟಿ ಮಾಡಿ ನನ್ನ
ಅನ್ನಿಸಿತು ನಿನ್ ಇಲ್ಲದೇ ಯಾಕೆ ಬೇಕು ಈ ಜೀವನ
ಕೊಟ್ಟು ಹೋದೆ ಮನೆಯ ಜವಬ್ದಾರಿಯನ್ನ
ಮರೆಯೋದಿಲ್ಲ ನಾನು
ನಿನ್ನ ಜೊತೆ ಕಳೆದ ಸುಂದರ ಕ್ಷಣಗಳನ್ನ
ನೀನ್ ಇಲ್ಲದೇ ನನ್ನ ಬಾಳಿನಲ್ಲಿ ಎಲ್ಲವೂ ಶೂನ್ಯ
ನೀನೇ ನನ್ನ ಜೀವ
ನೀನೇ ನನ್ನ ಪ್ರಾಣ
ನಿನ್ನ ಬಿಟ್ಟು ಹೇಗೆ ಇರಲಿ
ನನ್ನಪ್ಪ.

ಕುಂಟುತ್ತ ಬಂತು, ಕುಂಟುತ್ತ ಹೋತು

ರಚನೆ: ಡಾ. ನವೀನ್ ಕುಲಕರ್ಣಿ

❖ ❖ ❖

ಮರಿ ಬೆಕ್ಕೊಂದು ಮನೆಗೆ ಕುಂಟುತ್ತ ಬಂತು
ಹೆದರಿ ಹೆದರಿ ಅತ್ತ ಇತ್ತ ನೋಡುತ್ತಾ ನಿಂತು

ದಿನಕಳೆದಂತೆ ಮನೆ ಮಂದಿಯ ಹತ್ತಿರ ಬಂತು
ಹಾಲು ಕುಡಿದು ಮೀನಿನ ಕಾಳನ್ನ ತಿಂತು

ಸಮಯ ಕಳೆದಂತೆ ಮನದ ಹತ್ತಿರ ಬಂತು
ತಾಯಿ ಬೆಕ್ಕಾಗಿ ಮರಿಗಳನ್ನು ಜಗತ್ತಿಗೆ ತಂತು

ಅಂತೂ ಇಂತೂ ಆ ದಿನ ಬಂತು
ಬೆಕ್ಕೆರಡು ನನ್ನನ್ನ ಅಗಲಿ ಮನಸ್ತಾಪ ತಂತು

ವಿಧಿಯಾಟಕ್ಕೆ ತಲೆ ತಗ್ಗಿ ನಿಂತು
ಬೆಕ್ಕಿನ ತುಂಟಾಟಕ್ಕೆ ಕಡಿವಾಣ ಬಂತು

ತಾಯಿ ಬೆಕ್ಕು ಮರಿಯಿದ್ದಾಗ ಕುಂಟತ್ತ ಬಂತು
ತಾಯಿ ಬೆಕ್ಕು ಮರಿಯೊಂದಿಗೆ ಕುಂಟುತ್ತ ಹೋತು

ಸೋಜಿಗ

ರಚನೆ: ಡಾ. ರಾಜಕುಮಾರ ಎಸ್ ಪಾಟೀಲ್

❖ ❖ ❖

ಮನದಿ ತುಂಬಿಹ ಹಲ ಕೆಲವು ಮೋಹಗಳ ಹಿಡಿದಿಟ್ಟು
ಹೊರಸೂಸುವ ಮುಗುಳ್ನಗೆಯ ಮಾಯೆ _ಸೋಜಿಗ

ಧುತ್ತೆಂದು ಅಪ್ಪಳಿಸುವ ಸಾಗರದಲೆಗಳು
ಮರಳಿ ಮಾಯವಾಗುವ ಮಾಯೆ _ಸೋಜಿಗ

ಬಿಸಿಲಿನರ್ಭಟಕೆ ಬೆಂದೆಳೆಯುವ ಮನ
ಧೋ! ಎಂದು ಸುರಿವ ಮಳೆಗೆ ಮಲ್ಲಿಗೆಯಂತೆ ಅರಳುವದು _ಸೋಜಿಗ

ಗಿಡ-ಮರಗಳಲಿ ಹೂವಿಂದ ಆರಂಭವಾಗುವ ಮೈತ್ರಿ
ಹಣ್ಣಾಗುವವರೆಗೂ ಹಿಡಿದಿಡುವ ಕಾಯಕ _ಸೋಜಿಗ

ಹನಿ ಹನಿ ಮಳೆಯಾಗಿ ಸುರಿವ ನೀರನು
ಭೂರಮೆ ಬಿಗಿದಪ್ಪುವ ಪರಿ _ಸೋಜಿಗ

ಭೀಕರ ಕಣ್ಣುಗಳ, ಕಠೋರ ಹೃದಯದಲಿ
ಕಾವ್ಯ ಉಕ್ಕುವ ಸೊಬಗು _ಸೋಜಿಗ

ಸಮಯದ ಹಿಂದೆ ಸವಾರಿ

ರಚನೆ: ಮಹಮ್ಮದಹುಸೇನ ಪಠಾಣ

❖ ❖ ❖

ಸಮಯದ ಹಿಂದೆ ಸವಾರಿ
ನೀನೆ ಗೆಲುವಿನ ರುವಾರಿ,
ಎಲ್ಲರೂ ಬಲ ಊರಿ ನಡೆಸಿಹರು ತಯಾರಿ ॥

ಕಾಲ ಕಾಲಕ್ಕೆ ಸರಿಯಾಗಿ
ತೋರು ನೀ ಸರಿಯಾದ ದಾರಿ,
ನಿನ್ನ ನಂಬಿ ಸಾಗಿದೆ ಈ ಬದುಕಿನ ಸವಾರಿ ॥

ನಿನ್ನ ಈ ಸಮಯದ ಪರಿ
ಎಲ್ಲರೂ ಪಾಲಿಸುವುದು ಜರೂರಿ,
ಯಶಸ್ವಿಯಾದರೆ ನೀ ಎಲ್ಲರಿಗೂ ಆಭಾರಿ
ಕೆಟ್ಟದ್ದಾದರೆ ಹಾಕುವರು ನಿನಗೆ ಚಿಮಾರಿ ॥

ಜೀವನದ ಸವಾರಿಗೆ
ನೀನೆ ಎಲ್ಲರ ಮಾದರಿ,
ಸಮಯದ ಹಿಂದೆ ಸವಾರಿ
ನೀನೆ ಗೆಲುವಿನ ರುವಾರಿ ॥

ಅವತ್ತು ಇವತ್ತು

ರಚನೆ: ಡಾ ರಾಜೇಶ ಹುಣಶ್ಯಾಳ

❖❖❖

ಅವತ್ತು ಅಮ್ಮ ತಿನಿಸುತ್ತಿದ್ದಳು ಕೈ ತುತ್ತು
ಇವತ್ತು ತಿನ್ನುತ್ತಿದ್ದೇವೆ ಸ್ವಿಗ್ಗಿ ತುತ್ತು |
ಅವತ್ತು ಕುಟುಂಬದವರ ಜೊತೆ ಕಾಲ ಕಳೆಯುತ್ತಿದ್ದೆವು
ಇವತ್ತು ಕುಟುಂಬದವರೆಲ್ಲ ವಾಟ್ಸಾಪ್ನಲ್ಲಿ ಕಾಲ ಕಳೆಯುತ್ತಿದ್ದೆವು|
ಅವತ್ತು ದೇವಸ್ಥಾನದಲ್ಲಿ ಸೇವಿಸ್ತಿದ್ದು ತೀರ್ಥ
ಇವತ್ತು ಬಾರದಲ್ಲಿ ಸೇವಿಸ್ತಿದ್ದು ಬಾರ್-ತೀರ್ಥ |
ಅವತ್ತು ಹಬ್ಬದ ದಿನದಲ್ಲಿ ತಿನ್ನುತ್ತಿದ್ದೆವು ಎಲೆ ಅಡಿಕೆ
ಇವತ್ತು ದಿನಾಲು ತಿನ್ನುತ್ತಿದ್ದೆವೆ ಗುಟ್ಕಾ-ಮಸಾಲಾ|
ಅವತ್ತು ಮೈದಾನದಲ್ಲಿ ಆಟ
ಇವತ್ತು ಇಸ್ಟಾಗ್ರಾಂ ನಲ್ಲಿ ನೋಟ|
ಅವತ್ತು ಓದುತ್ತಿದ್ದು ಗ್ರಂಥಾಲಯದಲ್ಲಿ ಬುಕ್ಕು
ಇವತ್ತು ಓದುತ್ತಿದ್ದು ಸಾಹಿತ್ಯಗಳಿಲ್ಲದ ವಿಕಿಪಿಡಿಯಾದಲ್ಲಿ |
ಅವತ್ತು ನೋಡುತ್ತಿದ್ದೇವು ಸಪ್ನ ಬುಕ್ಕು
ಇವತ್ತು ಸವಿಯುತ್ತಿದ್ದೇವೆ ಹೊಸ ಹೊಸ ಸಪ್ನ ಬುಕ್ಕುಗಳು|

ಅಲೆಗಳಡಿಯ ಬದುಕು

ರಚನೆ: ಡಾ. ವಿಜಯಲಕ್ಷ್ಮಿ ದಂಡಿನ್

❖ ❖ ❖

ಸಾಗರದ ಬೆಳ್ಳಿಯ ಛಾದರದ ಅಡಿಯಲ್ಲಿ,
ಉಕ್ಕೇರುವ ನೀಲೀ ಅಲೆಗಳ ತಳಮಳದಲ್ಲಿ,
ಕರಗುವನು ಸೂರ್ಯ ದಿವ್ಯ ಶರಣಾಗತಿಯಲಿ!
ಕಡಲಡಿಯ ಕರಿ ಕತ್ತಲೆಯ ಸರಿಸಿ,
ಬೆಳಗುವವು ಅದೃಶ ಜೀವಿಗಳು ಸಹಸ್ರಗಳಲ್ಲಿ,
ಅಂದುಕೊಂಡಂತೆ, ಕರಗುವುದಿಲ್ಲ ಕನಸುಗಳು ಕತ್ತಲಲ್ಲಿ,
ಬೆಳಕದುಂಬಿ ಮಿನುಗುತ್ತಿರುತ್ತವೆ ಕಾಣದಂತೆ ಅಗೋಚರದಲ್ಲಿ,
ಕೆಲವೊಮ್ಮೆ ಚಿಮ್ಮಿ ಮೇಲೆರುತ್ತವೆ ಅಲೆಗಳಂದದಿ,
ಬೆಳಗಲು ಬಾನಂಗಳದಲ್ಲಿ ಚುಕ್ಕೆಗಳಂದದಿ!

ಮುದ್ದು ಮನಸೇ

ರಚನೆ: ವಿಜಯ ವಿಕಟ (ವಿಜಯ್ ಸಿಂಹ)

❖ ❖ ❖

ಮನಸೇ ಮತಾಡೆ ಸೊಗಸೇ ನೀ ನೋಡೆ
ನನ್ನೆದೆ ಖಾಲಿ ಜಾಗದಲಿ ಮನೆಯ ನೀ ಮಾಡೆ..
ಅಂದದ ಅಪ್ಪುಗೆಯ ಸವಿಯಲು ಕಾದಿಹೆನೆ
ಚೆಂದದ ನಿನ್ನ ಮುಖ ನೆನೆಯುತ ಕೂತಿಹೆನೆ..
ಪ್ರೇಮದ ಹೂಗಳನು ಮುಡಿಸುವೆ ನನ ನಲ್ಲೆ
ಪ್ರೀತಿಯ ಕಾಣಿಕೆಯ ನೀಡುವೆ ನಿನಗಿಲ್ಲೆ..
ಹೆಚ್ಚಿಗೆ ಕಾಯಿಸದೇ ನನ್ನೆದೆ ಸೇರಿಬಿಡು
ಹುಚ್ಚಿಗೆ ನಿನ್ನೊಲವ ಮದ್ದನ್ನು ನೀಡಿಬಿಡು..
ಇಬ್ಬರು ಸಾಗೋಣ ಚಂದಿರನಂಗಳಕೆ
ತಾರೆಗಳಾ ಬಳಗ ಆಗಲಿ ನಮ್ಮ ಹೊದಿಕೆ ||

ಜೋಕಾಲಿ

ರಚನೆ: ಹೆಚ್. ಎನ್ ನಂದಿಹಾಳ

❖ ❖ ❖

ಜೀವನವಿದು ಜೋಕಾಲಿ
ಜೀಕಬೇಕು ಜ್ವಾಕ್ಯಾಗಿ
ಹೊಡೆಯದಂತೆ ಜೋಲಿ|
ಮೇಲೇರಿದಾಗ ಜೋಕಾಲಿ
ನೆತ್ತಿಗೇರದಿರಲಿ ನಾ...
ಎನ್ನುವ ಅಮಲು|
ಕೆಳಗಿಳಿದಾಗ ಜೋಕಾಲಿ
ಮೂಡದಿರಲಿ ಬಿದ್ದೆ ನಾ...
ಎನ್ನುವ ಕೀಳರಿಮೆ ದಿಗಿಲು|
ಮೇಲೆ ಕೆಳಗೆ ಜೀಕಿದರಷ್ಟೆ
ನೋಡಲು ಚೆಂದ
ಜೀವನದ ಜೋಕಾಲಿ|

ನಿಸರ್ಗ ಕೊಟ್ಟವರ

ರಚನೆ: ಹೇಮಲತಾ ಎಸ್ ಕೊರಣ್ಣವರ್

❖ ❖ ❖

ಎಷ್ಟೊಂದು ಸೌಂದರ್ಯ!
ಅದೆಷ್ಟು ಔದಾರ್ಯ!

ಹೆಣ್ಣೆಂಬ ನಿನ್ನಲ್ಲಿ ಅದೆಷ್ಟು ಕಳಕಳಿ!
ನೋವು ಮರೆತು ನೀನು ಅದೆಷ್ಟು ಮರೆಗುಳಿ!

ನಿಸರ್ಗ ನೀಡಿದ ವರ,
ನಿನ್ನಲ್ಲಿ ರಕ್ತ ಧಾರೆಯಾಗಿ, ಹರಿದಾಗ,
ರಕ್ತ ಗಟ್ಟಿಯಾಗಿ ಭ್ರೂಣವಾದಾಗ
ಮಗುವಾಗಿ ನಿನ್ನ ಭೇದಿಸಿ ಭೂಮಿಗೆ ಬಂದಾಗ,

ನೀನು ಜಗತ್ತಿಗೆ ಕಿವುಚಿದ ಮುಖ ತೋರಿಸಿಲ್ಲ,

ನಿನಗಾಗಿ ನೀನೆಂದು ಬದುಕುವೆ?
ನಿಸರ್ಗದ ಸೌಂದರ್ಯ ಸವಿಯುವೆ??

ಮೀಸಲು ಹೃದಯ

ರಚನೆ: ಬಸವರಾಜ ಉ. ನಡಗಡ್ಡಿ

❖ ❖ ❖

ಬಂದೆ ನನ್ನೆದುರು ನೀ ಆ ದಿನ
ಅಂದೇ ಸೋತಿತು ನನ್ನೀ ಮನ

ಕಂಡೊಡನೆ ನಿನ್ನ ಮೊಗವ
ಬಯಸಿದೆನು ನಿನ್ನ ಒಲವ

ಬಾ ಗೆಳೆಯ ಮತ್ತೊಮ್ಮೆ ನನ್ನೆದಿರು
ನಿನಗೆಂದೇ ಮೀಸಲಿಟ್ಟಿರುವೆ ಹೃದಯ

ಕಣ್ಣಂಚಿಗೆ ಬಂದಿರೋ ಕನಸಿಗೆ
ನಿನ್ನದೇ ಯೋಚನೆ

ಮೈಸೋಕಲು ಬಂದಿರೋ ಗಾಳಿಗೆ
ನಿನ್ನದೇ ಯಾಚನೆ

ಎತ್ತಿಕೊ ಕಣೋ, ಅತಿಯಾಗಿದೆ ನೆನಪು
ಹೆಚ್ಚುತ್ತಿದೆ ಕಣ್ಣಲಿ ಕನಸೆಂಬ ಹೊಳಪು

ಎಲ್ಲಾ ಚಕ್ರದ ಚಕ್ಕಡಿ ಹತ್ತಿ

ರಚನೆ: ಬಸಲಿಂಗಪ್ಪ ವಿ ಪಾಗಿ

❖❖❖

ಎಲ್ಲಾ ಚಕ್ರದ ಚಕ್ಕಡಿ ಹತ್ತಿ,
ಜನರ ಜೊತೆಗೆ ಜಗವ ಸುತ್ತಿ,
ಹೋದಲ್ಲೆಲ್ಲ ಹೆಸರ ಕೆತ್ತಿ,
ಜಗವೇ ನನ್ನದು ಎಂಬ ಭ್ರಾಂತಿಯ
ಮನದಿ ಬಿತ್ತಿ ,ದೂರದಿ ನಿಂತು ನಗುತಲಿತ್ತು
ಕಾಲ.

ಬಣ್ಣದ ಲೋಕ

ರಚನೆ: ನಿತ್ಯ ಬಿ

❖ ❖ ❖

ನಮ್ಮ ಜೀವನದಲ್ಲಿ ಬಣ್ಣ ತುಂಬುವ ಜನ ಯಾರೋ
ಅದೇ ಜೀವನದಲ್ಲಿ ಬಣ್ಣ ಬದಲಾಯಿಸುವ ಜನ ಯಾರೋ
ಪರಿಸ್ಥಿತಿ ಬಂದಾಗ ಊಸರವಳ್ಳಿ ಆಗುವವರು ಯಾರೋ
ಅದೇ ಪರಿಸ್ಥಿತಿ ಬಂದಾಗ ಉಸಿರಾಗುವವರು ಯಾರೋ
ನಂಬಿಕೆಯ ಹೆಸರಲ್ಲಿ ಬಿಳಿ ಹಾಲನ್ನು ಉಣಿಸುವವರು ಯಾರೋ
ಅದೇ ಬಿಳಿ ಹಾಲಾಹಲವನ್ನು ಉಣಿಸುವವರು ಯಾರೋ
ಬಣ್ಣಗಳ ನಡುವೆ ಜಗಳ ಆಡುತ್ತಿರುವವರು ಯಾರೋ
ಬಣ್ಣಗಳೇ ಇಲ್ಲದೆ ಬದುಕನ್ನು ತೂಗುತ್ತಿರುವವರು ಯಾರೋ
ಕ್ರಾಂತಿಯ ಕೆಂಪು,ಶಾಂತಿಯ ಬಿಳಿ,
ದುಃಖದ ಕಪ್ಪಿನ ನಡುವೆ ಸಿಲುಕಿದವರಾರೋ
ಕೆಂಪಾಗಿ ಇರುವುದು ಇರುವೆಯೆ
ಕಪ್ಪಾಗಿ ಇರುವುದು ಇರುವೆಯೆ
ವ್ಯತ್ಯಾಸ ಕೇವಲ ಬಣ್ಣ ಅಷ್ಟೇ ಅಲ್ಲ
ವ್ಯತ್ಯಾಸ ಗುಣವೂ ಹೌದು!!
ಬಣ್ಣಗಳ ಜೊತೆ ಆಟ ಆಡಿದರೆ ಅದು ಹೋಳಿ
ಬಣ್ಣಗಳೇ ಇಲ್ಲದ ಬದುಕಿನಲ್ಲಿ ಆಟ
ಆಡಿದರೆ ಅದು ಬದುಕಿನ ಸುಳಿ

ಪರುಷ ಕಟ್ಟೆಯ ಬಸವಣ್ಣ

ರಚನೆ: ಎ. ಎ. ದರ್ಗಾ

❖ ❖ ❖

ಶ್ರಮಿಕ ದಲಿತ ದಮನಿತ ಸಾಮಾನ್ಯ ಜನಸಮೂಹ
ಆಲದ. ಮರದ ಸುತ್ತಲೂ ನೆರೆದೆಲ್ಲ ಕಲೆತು
ಕಣ್ಣು ನೆಟ್ಟರು ಬಯಸಿ ಮಹನೀಯನ ಸನಿಹಕೆ
ಸಾಮಾನ್ಯ ಮನೆಯಿಂದ ಅಸಾಮಾನ್ಯನ ಪಯಣ
ಹೊರಟನಶ್ವದ ಮೇಲೆ ಬೆಳಗುವ ರವಿಯಂಥವ
ರಾಜಬೀದಿ ತುಂಬ ಹರುಷ, ಸಮಸ್ಯೆ ಕೇಳಲು
ಪರಿಹಾರ ಪಡೆಯಲು, ಮನಕೆ ಸಂತೈಕೆಯ ನೆಳಲು
ಕಾಯಕ ಜನರ ಕಾಯುವಿಕೆಗೆ ಪರಿಹಾರ ತಂತು

ಅರಿವಿನಾಗುರು ಸಮಸ್ಯೆಗಳನರಿತು ನುಡಿದನು
ನೋವುಂಡವರ ಸಂತೈಸಿ, ಸಹಾಯ ಹಸ್ತವನು
ಬೇಡಿದವರಿಗೆ ನೀಡಿ, ದುಃಖ ದೂರಾಗಿಸಿದ
ಶ್ರಮಿಕ ಜನರ ಕೈಗೆ ಬಲತಂದ
ಛಲತಂದನು

ಅಣ್ಣರಿಗೆ ಅಣ್ಣ, ಶರಣರಿಗೆ ಶರಣಾದ ಕಲಿ
ಉಪದೇಶಿಸಿದ-""ಕಾಯಕವೆ ಕೈಲಾಸ"" ವೆಂದು ನಲಿ

ನೀ

ರಚನೆ: ಅವಿನಾಶ ಕಾಂಬಳೆ

❖ ❖ ❖

ನಾ ಬರೆದ ಹಾಳೆಯಲ್ಲಿ
ಮೂಡಿದ ಪದಗಳ ಸಾಲು ನೀ...||
ಮನಸ್ಸಿನಲ್ಲಿ ಮೂಡಿದ ಭಾವನೆಗಳಿಗೆ
ಶಬ್ದಾಲಂಕಾರವಾದೇ ನೀ...||
ನಿನ್ನನು ನೀ ವರ್ಣಿಸುವಲ್ಲಿ
ಚಿತ್ರಕವಿತ್ವವಾದೆ ನೀ...||
ನನ್ನ ಹೃದಯ ಪೂರ್ಣಿಮೆಯ ಬೆಳದಿಂಗಳಲ್ಲಿ
ಹೊಳೆಯುವ ಚಂದಿರ ನೀ...||
ನನ್ನ ಮನದ ಹೂದೋಟದಲ್ಲಿ
ಅರಳಿರುವ ಗುಲಾಬಿ ನೀ..||
ನನ್ನ ತನುವಿನ ತಂತಿ ಇಂದ
ಹೊರಹೊಮ್ಮುವ ನಾದ ಸ್ವರ ನೀ..||
ನಾ ಕಂಡ ಕನಸ್ಸಿನಲ್ಲಿ
ಕಾಣದ ದೇವತೆ ನೀ...||

ಎಲ್ಲಿರುವೆ ನೀ..
ಹುಡುಕುತ್ತಿರುವೆ ನಿನ್ನಾ, ನನ್ನ ಕನಸ ಕತ್ತಲಲಿ..||

ಕಾಯಿಸಬೇಡಾ , ಇನ್ನಾದರೂ ಮೂಡು ನೀ..
ನನ್ನ ತನುವಿನ ಮನದಲಿ...||(ಎವಿ)"

ಹೇ ಗೆಳತಿ...!

ರಚನೆ: ವಿಜಯವಿಠ್ಠಲ್ ವೈ ಕದಂ

❖ ❖ ❖

ಹೇ ಗೆಳತಿ ಓ ಗೆಳತಿ..
ನೀನ ಅಲ್ಲವೆ ? ನನಗೆ ಸ್ಫೂರ್ತಿ
ಹಗಲು ಇರಳು ಮೃದುವಾಗಿ ಕಾಡುತಿ...
ನಗುವಾಗ ನಗು ನಗುತ್ತಾ ನಕ್ಷತ್ರದ
ಹಾಗೆ ಕಾಣುತಿ...
ರೂಪದಲ್ಲಿ ನಿ ರತಿ..
ಕೋಪ ಬಂದರೆ ಕಾರಂಜಿ
ಹಾಗೆ ಹಾರುತ್ತಿ...
ಹೇಗೆ ಬರೆದರು ಮುಗಿಯದು
ನನ್ನ ನಿನ್ನ ಕಥಿ...
ಸೌಂದರ್ಯಕ್ಕೆ ನೀನೆ ಸಾರಥಿ...
ತೋರು ನಿನಗೆ ಯಾರು ಸರಿಸಾಟಿ..?
ಅಪ್ಪಿ ತೋರುವೆ ಬಾ ಪ್ರೀತಿ...
ಇದು ಬರ ಇಲ್ಲದ ಭಕ್ತಿ
ಪ್ರೀತಿಯಾ ಶ್ರೇಷ್ಠ ಶಕ್ತಿ
ಇದಕ್ಕಿಲ್ಲ ಎಂದು ನಿವೃತ್ತಿ.....

ಗಡಿಯಿಲ್ಲದ ಹೃದಯ

ರಚನೆ: ಶ್ವೇತಾ ನಾನಾಸಾಹೇಬ್ ಸುಪಾಲಿ

❖ ❖ ❖

ರೈಲ್ವೆ ನಿಲ್ದಾಣದಲ್ಲಾದ ಮುಖಾಮುಖಿ
ಬಾಯಾರಿಕೆಗೆ ನೀರು ಕೊಟ್ಟ ಹಸನ್ಮುಖಿ

ನೀರಿನಷ್ಟೇ ಪರಿಶುದ್ಧ ಗುಣದ ದೇವಕಿ
ಶಿವಶಕ್ತಿ ಒಟ್ಟಿಗೆ ನೆಲೆಸಿರುವ ಸಖಿ

ನೋವಿನ ಮಣ್ಣಲ್ಲಿ ಅರಳಿದ ಹೂವಿನಂತಾಕಿ
ವಾಸ್ತವವ ಬಿಗಿದಪ್ಪಿದ ಗಟ್ಟುಗಿತ್ತಿ

ಅವಳದ್ದು ಎಲ್ಲರಲ್ಲೊಂದಾಗಿ
ಬಾಳುವ ನೀತಿ
ವ್ಯಕ್ತಿತ್ವದಿಂದ ನನ್ನ ಸೆಳೆದ ಮಾಯಗಾತಿ

ಸಮಾಜದ ತಾರತಮ್ಯಕ್ಕೆ ಸೋತಾಕಿ
ತನ್ನ ಸ್ವಂತ ಅಸ್ತಿತ್ವದಿಂದ ಗೆದ್ದಾಕಿ

ಭವಿಷ್ಯದ ದಂತಕಥೆಯ ಕಥಾನಾಯಕಿ
ಪವಿತ್ರ ಪ್ರೀತಿಯ ಬೀಜ ಬಿತ್ತಿದಾಕಿ

ನನ್ನಾಕಿ,ಅವಳೊಬ್ಬಳು ಮಂಗಳಮುಖಿ

ಸ್ವಾರ್ಥ ಜೀವನ

ರಚನೆ: ಡಾ. ಶಿಲ್ಪಾ ಎಲ್ ಹಿರೇಕೆರೂರು

❖ ❖ ❖

ವಸ್ತುಗಳನ್ನ ಪ್ರೀತಿಸಿ, ಮನುಷ್ಯರನ್ನು ಉಪಯೋಗಿಸಿ
ನಡೆದಿದೆ ಸ್ವಾರ್ಥ ಜೀವನ.
ಎಲ್ಲಿಗೆ ಸಾಗುವುದೋ ಈ ಪಯಣ?
ಸಂಬಂಧಗಳಿಗಿಲ್ಲ ಯಾವುದೇ ಮೌಲ್ಯ,
ಆಸ್ತಿ ,ಅಂತಸ್ತು, ಸ್ಥಾನಮಾನವೇ ಅಮೂಲ್ಯ ॥

ಮಾನವೀಯ ಮೌಲ್ಯಗಳೆಲ್ಲ ಮಾಯವಾಗಿ,ಸಂಬಂಧಗಳೆಲ್ಲ
ನಶಿಸಿ ಹೋಗಿ,ಸ್ವಾರ್ಥ ಬದುಕಿಗೆ ತಲೆಬಾಗಿ,ಮನವೆಲ್ಲಾ ಕದಡಿ,
ಕಲುಷಿತವಾಗಿ ಪರಿತಪಿಸುತ್ತಿರುವೆವು ನೆಮ್ಮದಿಗಾಗಿ ॥

ಹತ್ತಿರವಿರುವುದನ್ನು ಕಡೆಗಣಿಸಿ,
ನಮ್ಮೆಡೆಗೆ ಬಾರದನ್ನು ಅಪೇಕ್ಷಿಸಿ,
ಅಂತರಂಗದಿಂದ ನೋವನ್ನು ಅನುಭವಿಸಿ,
ಬಾಹ್ಯ ಸಂತೋಷವನ್ನು ಪ್ರದರ್ಶಿಸಿ,
ಇರುವೆವು ಮಂದಹಾಸ ಸೂಸಿ ॥

ತ್ರಿಲೋಕ ಸುಂದರ

ರಚನೆ: ದಿವ್ಯಾ ಎಸ್

❖ ❖ ❖

ಪ್ರೀತಿಯ ಅರಮನೆಯ ಒಡೆಯನೇ
ಹೃದಯ ಕಮಲದ ದೊರೆಯನೇ
ಮೊಗದಲ್ಲಿ ಹೊಳೆಯುವ ತೇಜಸ್ಸು
ನೋಡುಗರ ಮನಸ್ಸ ಸೆಳೆವ ತೇಜಸ್ಸು

ದಯೆಯ ಪ್ರತಿರೂಪಕ
ಶತ್ರುಗಳ ವಿನಾಶಕ
ತಾಯಿ ಪ್ರೀತಿಯಂತೆ ಅಭಿಭಾವಕ
ಮಗುವಿನ ಮನಸ್ಸಿನ ಮಾಲೀಕ

ಅಮೃತದ ಸವಿ ಕೊಡುವ ಮಾತುಗಾರ
ಸರ್ವ ವಿಘ್ನಗಳ ಪರಿಹಾರಕ
ಧರ್ಮದ ನಡೆಯ ಪರಿಪಾಲಕ
ತ್ರಿಲೋಕ ಸುಂದರ

ಹರಿದು ಬಾ ಮಹದಾಯಿ ಬರದ ಭೂಮಿಗೆ

ರಚನೆ: ವಿದ್ಯಾಸಾಗರ್ ಎಸ್ ದೀಕ್ಷಿತ್

❖ ❖ ❖

ಜೀವ ನದಿಯ ಜಲಧಾರೆ ಯಾರದ್ದೂ ಸೊತ್ತಲ್ಲ !
ದಾಹ ತಣಿಸಿ ಬೆಳೆಗೆ ಉಸಿರಾದರೆ ಸಾಕಲ್ಲ?
ಮುಗ್ಧ ಜನ ಮಾನಸಕೆ ಒಣ ರಾಜಕೀಯ ಗೊತ್ತಿಲ್ಲ..
ಇದು ನಮ್ಮದೆಂಬ ರಾಜ್ಯಗಳ ಕಿತ್ತಾಟ ಬೇಕಿಲ್ಲ..
ಹರಿದು ಬಾ ಮಹದಾಯಿ ಬರದ ಭೂಮಿಗೆ.

ದಣಿಯದ ಸಾವಿರಾರು ದಿನಗಳ ಧರಣಿಯಾದವು
ದುಡಿಯುವ ಕೈಗಳು ಬಂಧನದ ಬೇಡಿ ತೊಟ್ಟವು
ದನಿ ಏತ್ತಿದ ಮೂಕಮನಸ್ಸುಗಳು ಪಂಜರದ ಪಾಲಾದವು
ರಾಜಕೀಯ ಚದುರಂಗದಾಟಕೆ ನೂರಾರು ಜೀವಗಳು ಬಲಿಯಾದವು
ಹರಿದು ಬಾ ಮಹದಾಯಿ ಬರದ ಭೂಮಿಗೆ.

ಸಹ್ಯಾದ್ರಿಯ ಬೆಟ್ಟದ ಶ್ರೇಣಿಗಳಲ್ಲಿ ಉಗಮದ ಸೆಳೆ
ಕಾಡು ಮೇಡು ಹರಿಯುವ ಜೀವ ನದಿಗೇಕೆ ಕಟ್ಟಳೆ..?
ಮಹದಾಯಿಯೋ ಮಾಂಡೊವಿಯೋ ನೀನೊಬ್ಬಳೆ ಜೀವ ಕಳೆ
ಬೆಳೆ ಫಲಿಸುವಂತೆ ದಾಹ ತಣಿಸಿ ಸುರಿಯೇ ಮಳೆ
ಹರಿದು ಬಾ ಮಹದಾಯಿ ಬರದ ಭೂಮಿಗೆ.

ಅವನು -ಪ್ರೀತಿ-ಅವಳು

ರಚನೆ: ಡಾ.ನಿಖಿತಾ ತಳವಾರ

❖ ❖ ❖

ಕಳುಹಿಸಲಿ ಹೇಗೆ ಅವನನ್ನು, ತಿರುಗಿ ನೆಪ ಹೇಳಿ ಬರುವವನನ್ನು?!
ಮರೆಯುವುದಾದರೂ ಹೇಗೆ ಅವನನ್ನು,ನನ್ನಲ್ಲೇ ಅವನಾಗಿ ಉಳಿದವನನ್ನು?!
ಸೇರುವುದಾದರೂ ಹೇಗೆ ಅವನನ್ನು, ಹತ್ತಿರವಾದಷ್ಟು ದೂರ ಹೋಗುವನನ್ನು?!
ಪ್ರಶ್ನಿಸಲಿ ಹೇಗೆ ಅವನನ್ನು, ಉತ್ತರಿಸಿದಷ್ಟು ಪ್ರಶ್ನೆಯಾಗಿಯೇ ಉಳಿಯುವನನ್ನು?!

ಎಲ್ಲವೂ ಮರೆತಂತೆ ನಟಿಸುವುದು ಸುಲಭವಿಲ್ಲ, ಹಾಗಂತ
ಕಾಡುವ ಪ್ರತಿ ನೆನಪಿಗೆ ನನ್ನನು ಒಪ್ಪಿಸುವುದರಲ್ಲಿ
ಅರ್ಥವಿಲ್ಲ

ಅಂದುಕೊಂಡರೆ ಎಲ್ಲವೂ ಹೂವಿನಷ್ಟೇ ಹಗುರ,
ಇಲ್ಲದಿದ್ದರೆ ಹೂವು ಕೂಡ ಬೆಟ್ಟದಷ್ಟೇ ಭಾರ,
ಆದರೂ ಕಾದಿರುವೆ ಸಮಯದ ಮೋಡಿಗೆ,ಭರವಸೆಯ ಬೆಳಕಿಗೆ..

ನಿನ್ನವರಾರು..?

ರಚನೆ: ಸುನೀಲಕುಮಾರ ಯ ಗಂಗೂರ

❖❖❖

ಪ್ರಗತಿ ನೋಡಿ ಆಗಮಿಸಿದವರ
ಪ್ರಗತಿಗಾಗಿ ಜೋಡಿ ಶ್ರಮಿಸಿದವರ

ಹಣ ನೋಡಿ ಹಗೆಯಕ್ಕಿಳಿಯದವರ
ಗುಣ ನೋಡಿ ಹೆಗಲು ಕೊಟ್ಟವರ

ಪರಿಸ್ಥಿತಿ ನೋಡಿ ಪ್ರೀತಿಸುವವರ
ಮನಸ್ಥಿತಿ ನೋಡಿ ಪ್ರೀತಿಸುವವರ

ಸಂಪಾದನೆ ನೋಡಿ ಸಂಬಂಧಕ್ಕಿಳಿದವರ
ಸಂಸ್ಕಾರ ನೋಡಿ ಸಂಬಂಧಕ್ಕಿಳಿದವರ

ಸಂತಸಕಷ್ಟೆ ಭಾಗಿಯಾಗಿದವರ
ಸಂತಸ ದುಃಖಗಳೆರಡಲ್ಲೂ ಭಾಗಿಯಾಗಿದವರ

ದುಃಖದಲ್ಲಿದ್ದಾಗ ದೂರವಿದ್ದವರ
ಸಂಕಷ್ಟದಲ್ಲಿದಾಗ ಸಹಾಯಕ್ಕಾದವರ

ನಾನು ಕವಿಯೇ?

ರಚನೆ: ಸಂಕಲ್ಪ (ಸದಾಶಿವ ಡಿ ಓ)

❖ ❖ ❖

ವಾಲ್ಮೀಕಿ ವ್ಯಾಸ ಪಂಪ ರನ್ನ ಜನ್ನರ ಒಳಗಿಳಿಯದೆ
ಲಕ್ಷ್ಮೀಶ ಕಾಳಿದಾಸ ರಾಘವಾಂಕ ಹರಿಹರರ ಸತ್ವವ
ಅರಿಯದೆ, ನಾನು ಕವಿಯೇ?

ವಚನ ಸಾಹಿತ್ಯದ ಚಳುವಳಿ, ದಾಸರ ಕೀರ್ತನೆಯ ಬಳುವಳಿ
ಸರ್ವಜ್ಞ ತ್ರಿಪದಿಯ ಕಳಕಳಿ, ತೀರ್ಥಂಕರ ಬದುಕಿನ ಭವಾವಳಿ
ತಿಳಿಯದೆ, ನಾನು ಕವಿಯೇ?

ಜ್ಞಾನಪೀಠರ ಅಸ್ಮಿತೆ ಹುಡುಕಿ, ಕಂಠಯ್ಯ ಚಿತ್ತಾಲರ ಚಿತ್ತದಲಿ ಬದುಕಿ
ತರಾಸು ತ್ರಿವೇಣಿ ಅನಕೃ ಕೆದಕಿ, ಗೋರೂರು ತೇಜಸ್ವಿ ಗುಣವ ಇಣುಕಿ
ಕಲಿಯದೆ, ನಾನು ಕವಿಯೇ?

ಸಂತರ ಸದಾಶಯದ ಸದ್ಭಕ್ತಿ, ಅವಧೂತ ಪರಂಪರೆಯ ಚಿತ್ಶಕ್ತಿ
ಜಾನಪದ ಭವಸಾರ ಯುಕ್ತಿ,
ಆಗಿಂದ ಈವರೆಗೆನ ಪದಭಾವ ಮುಕ್ತಿ
ನೆನೆಯದೇ ನಾನು ಕವಿಯೇ?
ಓದಿ ಓದಿ ಮರುಳಾದರೆ,
ಬರೆದು ಬರೆದು ಸ್ಫುಟವಾದರೆ
ಈ ಕವಿದ ವಾತಾವರಣದಲಿ ನೀವು ನನ್ನ ಸಹಿಸಿಕೊಂಡರೆ
ಬಹುಷಃ ನಾನೂ ಕವಿಯೇ!

ತೊರೆದವಳ ತರುಣ

ರಚನೆ: ವಿಶ್ವನಾಥ ಮಾಯಣ್ಣನವರ್

❖❖❖

ನಿನ್ನೆದುರು ಕ್ಷಮೆ ಕೇಳುವ ಧೈರ್ಯ ಇಲ್ಲ ಎನಗೆ.
ಈಗೇನಂದರು ಆ ಹುನ್ನಾರ ಅರಿಯದು ನಿನಗೆ.
ಕಷ್ಟ ಪಟ್ಟು ಉಳಿಸುವಾಸೆ ಇರಲಿಲ್ಲ ನಮಗೆ.
ಒಡೆದು ಹೋಯ್ತು ಹಾಲ್ಗಡಲ ಪ್ರೇಮ ನಮ್ಮಿಬ್ಬರ ಪಾಲಿಗೆ.
ಕಾಣದ ಕೈಯೊಂದು ಹಿಂಡಿದ ಹುಳಿಗೆ,

ನಾನೆಂದೂ ಹೋಗಲಾರೆ ಒಡೆದ
ಗಾಜು ಜೋಡಿಸುವ ಗೋಜಿಗೆ,
ನಾನೆಂದೂ ಪ್ರೀತಿಸಿರಲಿಲ್ಲ
ನಿನ್ನ ಎಲ್ಲರಂತೆ ಮೋಜಿಗೆ.
ಮೋಜಿನ ಪ್ರೀತಿ ಏರಿತಂತೆ ಪಲ್ಲಂಗಕ್ಕೆ.
ನಿಜದ ಪ್ರೀತಿ ಸೇರಿತಂತೆ ಮಸಣವೊಂದಕೆ.

ನಾನೆಂದೂ ಮಣಿದಿಲ್ಲ ನಿನ್ನ ಅಂದಕೆ.
ಉತ್ತರಿಸದೆ ಇರಲಾರೆ ನಿನ್ನೀ ಮೊಸಕೆ.
ಕಾಯುತ್ತಿರುವೆ ಒಂದೊಳ್ಳೆ ಸಮಯಕೆ.
ನ್ಯಾಯ ಬೇಕು ನನ್ನ ಪ್ರೀತಿಗೆ. ಹೆದರದಿರು
ತೊಂದರೆಯಿಲ್ಲ ನಿನ್ನ ಸಂಸಾರಕೆ.

ಎನ್ನಗಿಸುವ ಜೀವ ಸಾವಿರಾರು ನಿನ್ನೆನದು
ದುಃಖಿಸಲು ನೀಯಾರು,

Hindi Poetry Collection

न्यायाधीश की टिप्पणी

हुबली कविता महोत्सव में निर्णायक के रूप में मेरा अनुभव अत्यंत शानदार रहा। यह देखकर बहुत संतोष हुआ कि आज के समय में भी, जब साहित्य — विशेषकर कविता — लुप्तप्राय सी होती जा रही है, इतने सारे रचनात्मक मस्तिष्क अब भी इतने सुंदर और गहन भावनाओं से भरी रचनाएँ प्रस्तुत कर रहे हैं। एक कवि के रूप में, जिन कविताओं को मैंने पढ़ा, उन्होंने मुझे एक नई कल्पनाओं की दुनिया में पहुँचा दिया।

निर्णायक के रूप में मेरा मूल्यांकन मानदंड भाषा के प्रयोग (शुद्ध रूप में या बोलियों में), रचनात्मकता, विचार की गहराई और तकनीकी पक्ष पर आधारित था। इन श्रेणियों के अंतर्गत मुझे हिंदी, उर्दू, हिंदुस्तानी और राजस्थानी बोलियों में रचनाएँ प्राप्त हुईं। रचनात्मकता और विचार प्रक्रिया ने विविध भावनाओं को उजागर किया, और विभिन्न प्रकार की कविताएँ जैसे ग़ज़ल, नज़्म, रुबाई, बेत आदि सभी रूपों में प्रस्तुत की गईं।

मेरे दृष्टिकोण से, प्रत्येक कवि अपने आप में विजेता है — क्योंकि वे अब भी कविता जैसी गूढ़ विधा को समर्पित होकर सृजन कर रहे हैं। यह मेरे लिए गर्व और प्रसन्नता का क्षण है कि साहित्य अब भी सही कंधों पर टिका हुआ है। मैं उन सभी को बधाई देता हूँ जिन्होंने निर्धारित मानकों के अनुसार ऊँचाइयाँ प्राप्त कीं, और उतनी ही सराहना उन प्रतिभागियों की भी करता हूँ जो बहुत करीब पहुँचे।

यह प्रतियोगिता थी, इसलिए मैं अनेक स्थान नहीं दे सका, किंतु सच्चे मन से कहता हूँ — जिन-जिन कवियों ने अपनी रचनाएँ भेजीं, उन सभी को मैं सम्मान और प्रशंसा का प्रतीक देना चाहूँगा। आप सभी कविता और साहित्य की अपनी यात्रा को निरंतर आगे बढ़ाएँ — यही मेरी शुभकामना है।

राजेश पटनायक, साहित्यकार एवं कवि

तेरे आंसू से कायर हूं

Submitted By: मनीष कुमार

❖ ❖ ❖

उसकी भोली सुरत पर हार गया,
उसके झूठे वादों पर वार गया,
झुका न सका जिसे कोई,
उसे ये राग झुका गया।
हारा नहीं हूं मैं,
बस जीत छोड़ दी,
भागा नहीं हूं मैं,
पर भीड़ छोड़ दी।
कमजोर नहीं मैं,
बस ताकत नहीं दिखाई मैंने,
तेरे साथ के लायक तो हूं,
पर जिद नहीं दिखाई मैंने।
अपने दिल से कायल हूं,
तेरे आंसू से कायर हूं।

कूनो की धरती में चीतों का पुनर आगमन

Submitted By: आदर्श कुमार सिंह

❖ ❖ ❖

ईश्वर की कृपया से अंगड़ाई लिए सोया हु
प्रकृति की छांव में बिस्तर डाले सोया हु
पत्ते आकर का था
पत्ते ही मेरी पहचान है
रीड की हड्डी में कूनो नदी विराजमान है

इतिहास को संभाला है
किलो को समाया है
युद्ध खत्म कराए है
सौगात नई पाई है
संप्रभुता वापस आई है
चीतों का आगमन है
बाघों की नुमाइश में

चीतल और बारहसिंगों का काल वापस आया है
बाघों का प्रतिद्वंद्वी घूम फिर के आया है

वह

Submitted By: रवि रंजन शर्मा

❖ ❖ ❖

चेहरा कमल ,सरल, सुलझे सवाल,
उसपे द्वे सुगम ,सहज ,सिद्ध जवाब ||
निरंतर नयन पर अनियंत्रित बाल,
देखके चंदा, चेतना पर हुआ घाव ||
वह देखे ऐसे कृष्ण-काजल लगाए,
कोमल कर्ण से लगे स्वर्णिम कर्णफूल,
और लबों पर मधुर मुस्कान समाए,
बेला बीते जाए, बुद्धि जाए सब भूल ||
प्रहर ऐसा , मृत्यु-शय्या निकट लगे ,
शब्दों के सायक भी न त्यागे कमान ||
एक क्षण बीते नहीं दूसरे छन ही हुए सगे ,
रवि-शशि ,स्नेह-आस्था लगे समान ||
संध्या शीश पर सवार,
सूक्ति हुए नहीं समाप्त,
मन विचलित हुए, बेला हुए पार||

सपना

Submitted By: डॉ निशा वर्मा

❖❖❖

एक दिन सपने में देखा सब बदल गया है,
रहता था जो आँसू इन आँखों में, आज वो भी छलक गया है.
एक दिन सपने ने मुझसे पूछा, क्या मेरे साथ चलना है?
संदिग्ध सी आंखें, शांत था मन, शायद मौन था उसका निमंत्रण.
एक पल लगा चल दू उसके साथ, शायद फिर मिल जाए कोई नया हाथ,
जब खुली थी नींद,
तब आया था होश,
ऐसा लगा जैसे सपना था बहुत मदहोश.

मुझमें कुछ ख़ास नहीं

Submitted By: रोहित चौधरी

❖ ❖ ❖

मुझमे कुछ ख़ास है,
कि मुझमे कुछ ख़ास नहीं।
वो इस तरह मेरे पास है,
जैसे कभी मेरे पास नही।
मैं सहरा हुँ मेरी प्यास है,
वो पानी की प्यास नहीं।
उसकी याद अब एक त्रास है,
याद ना आना त्रास नहीं।
अंधेरे में रोशन एहसास है,
मगर रोशनी सा एहसास नहीं।
जीवन चाहता एक स्वास है,
'केवल' जीने को स्वास नहीं।
तू उसपे मरता है, ये खास है,
'केवल' तुझमे कुछ खास नहीं ।

बारिश की बूंदे

Submitted By: सुचेता एस पदकि

❖ ❖ ❖

बारिश की बूंदों ने लिखीं है नई कहानी।
दिल के तारोंको छेड़कर बजाई है राग सुहानी।।

नई बूंदें, नया मौसम लाई है नई उमंगे।
संघर्ष भरी जीवन में लाई है नई तरंगें।।

जैसे हर एक बूंद मोती नहीं बन सकती।
वैसे ही ज़िंदगी भी हर राह आसान नहीं रखती।।

हार न मानो, बढ़ते रहो मंज़िल खुद पुकारेगी।
संघर्ष की ये तपती रेत सपनों के फूल उगाएगी।।

हर नये सवेरे के संग नई उम्मीदें आती हैं।
जितनी गहरी रात हो उतनी ही रोशनी लाती है।।

जो तप कर चमकता है वो ही हीरा कहलाता है।
हर कठिनाई से जो लड़ेगा वोही इतिहास रचाता है।।

तुम्हारी नाराज़गी

Submitted By: सुप्रीत पी हडगली

❖ ❖ ❖

कैसे कहूँ कितनी शिद्दत से तुमसे प्यार किया है,
तुम्हीं से मोहब्बत, तुम्हीं से ऐतबार किया है।

सौ साल मैं जियूँ या तुम,
पर जब तक रहूँगा तब तक तुम्हें याद करूँगा।

तुम मुझसे नफ़रत न करना,
बस इस बात से डरूँगा।

तुम्हारी आँखों में जो प्यार देखा है मैंने,
उसे इस ज़ुबान से बयां करना भी नहीं आता।

और उन्हीं आँखों में आँसू? और वो भी मेरी वजह से?
मुझे वो देखना भी नहीं आता।

तुम रूठो और मैं लाख मनाऊँ — ऐसा कब हुआ है,
पर मैं रूठूँ और तुम मनाओ — ऐसा हर बार हुआ है।

यही खूबसूरती है तुम्हारे प्यार की,
ये बताना भी नहीं आता।

ख्वाइश

Submitted By: प्रीति चौधरी

❖❖❖

दूर कहीं बादलों पर,हो बसेरा मेरा
सारा जहां खोजता फ़िरु, कहूँ दिल परिंदा मेरा ।
मन कहता है, कही दूर चली जाऊ,
फिर रोक देती हैं, कुछ मजबूरियाँ।
एक सख्श जिसे अपने मन की बात कह देती थी,
ना जाने कहा बादलों में जाकर छिप गया।
मन की सारी बातें मन में रह गई,
अब यह जिंदगी बहुत लंबी हो गई।
जिंदगी की इस कशमकश के चलते,
मैं बिना पंख का परिंदा बन गई।
मशक्कत करके कुछ लिख पाई हूं आज,
शिद्दत बीत गई मन को आबाद करने में।
मज़ा जिन्दगी ए जिंदादिली में न रहा,
समय बीतता गया प्रीतो, समय बर्बाद करने में।

कुछ बदलाव होते हैं

Submitted By: सईद शान .के.

❖ ❖ ❖

वो दिन एक ऐसा लम्हा था,
जब मैंने उसे पहली बार देखा था।
उसे देखकर, मुझे उससे प्यार हो गया था।
उसके बिखरे बालों ने मेरे दिल को घायल कर दिया था।
मैं उसकी नशीली आँखों में खो गया था।
क्या बताऊँ, वो लम्हा कैसा था?
वो बस एक हवा के झोंके जैसा था।
वो मेरी ज़िंदगी में ऐसे आई,
और मेरे दिल का एक टुकड़ा बन गई।
जब मैंने उसे किसी और के साथ
देखा, मेरा दिल वैसे ही टूट गया।
मेरा मन किया कि उससे एक बार पूछूँ,
"क्या तुम भी मुझसे प्यार करती हो?

ज़िंदगी के मोड़

Submitted By: ख़ुशी जैन दयानवर

❖❖❖

जिंदगी में ना जाने कितने अनगिनत मोड़ आते है,
कुछ गम तो कुछ खुशी दे जाते हैं,
आसूं से लिखी हर बात ज़हन में उतर जाती है,
पर खुशी के लम्हे अक्सर यादों में खो जाते है |

आसान रास्तों में अक्सर समय कम सा लगता है,
पर मुश्किलों से निकलने में वक्त लगता है,
चाहे अगर तो मुश्किलों से लड़ लेंगे,
खुशियों के पैगाम अपनो को भेज देंगे |

हिम्मत रख सब सही होगा,
मुश्किल में हमेशा कोई अपना ही साथ होगा।

रिश्ते

Submitted By: रूपश्री ए नवलगुंड

❖❖❖

रिश्तों में दूरी अपने आप आ जाती है,
जब उनमें अपनापन न हो।
रिश्तों में दूरी तब आती है,
जब उनमें समर्पण न हो,
सम्मान न हो,
और निस्वार्थ भाव न हो।
रिश्तों में दूरी तब आती है,
जब उनमें विश्वास न हो,
पारदर्शिता न हो,
और प्यार न हो।
रिश्तों में दूरी तब आती है,
जब उनमें मिठास न हो,
और उनमें कुछ खास न हो।
रिश्ते तब टूट जाते हैं,
जब वे व्यापार बन जाते हैं।

माँ, तुम्हारी बहुत याद आती है

Submitted By: आरती चिंगाली

❖ ❖ ❖

माँ, तुम्हारी बहुत याद आती है।
हर पल ये आँखें तुम्हें ही ढूँढती हैं।
चाहे मैं दुनिया के किसी भी कोने में रहूँ,
तुम्हारी ममता भरी छवि मन से नहीं हटती।

जब जीवन में कठिनाई आती है,
तुम्हारी हिम्मत की याद दिलासा देती है।
इस भागदौड़ भरी जिंदगी में कोई नहीं,
जो तुम्हारे जैसा सच्चा सहारा दे सके।

अब हर बात पर मन तुम्हारी ओर दौड़ता है,
खुशियों में भी आँखें भर आती हैं।
तुम्हारा आशीर्वाद ही खुशी को पूरा करता है,
तुम्हारी आवाज़ आज भी कानों में गूँजती है।

माँ, तुम दूर होकर भी हर धड़कन में हो,
मेरे हर साँस में बस तुम ही तो हो।

अनकही बाते

Submitted By: अंजलि परमार

❖ ❖ ❖

मेरे दिल के कोने में छुपा दर्द बड़ा गहरा
बोल नहीं पाती ये अनकही जज्बात का सिलसिला
आँखों में छुपी हुई बरसो की कहानी,
जिस से पूरी दुनिया है अंजानी
थक कर पूरी दुनिया से कमरे में अकेले बैठी हूं
कोई नहीं सुनने वाला इसलिए चार दीवारों से बात करती हूं
देखते हुए कमरे की छत को बस करती हूँ केवल एक सवाल ,
क्या दुनिया अपनाएगी मुझे ,देखकर मेरा असली हाल?
कभी तो खुलेंगे बंद पलको के परदे
जहां से झरेगा मेरे दर्द का सागर
इंतज़ार है उस पल का, जब आएगा कोई,
जो सुलझाए मेरी अनकही बातों का सिलसिला

जीवन की गाथा

Submitted By: प्रज्ञान शुक्ला

❖❖❖

अम्बर की गोद में, तारे हँसते,
धरती की छाती पर बीज बसते।

सूर्य की किरणें नई राह दिखाएँ,
बहती हवाएँ जीवन गीत गाएँ।

कलियाँ खिलकर खुशबू फैलातीं,
नदियाँ बहकर सागर को पातीं।

समय चलता है, रुकता नहीं कभी,
हर पल नया है, है एक अनमोल नगी।

सपनों का संसार आँखों में पलता,
आशा की लौ से मन का अँधेरा गलता।

यह जीवन एक अद्भुत कला,
हर पल है इसमें एक नई चला।

अदृश्य रूपी ज़ंजीर

Submitted By: डॉ. सपना दलवी

❖ ❖ ❖

सिर्फ़ सपने देखें
उनमें रंग भरने की
कोशिश की नहीं
सिर्फ़ मुस्कुराते रहें
खुलकर हंसने की
कोशिश की नहीं
सिर्फ़ सुनते रहे
कुछ कहने की
कोशिश की नहीं
सिर्फ़ इंतज़ार करते रहे
वक्त के साथ चलने की
कोशिश की नहीं

सुनहरी ज़िंदगी

Submitted By: डॉ. प्रशांतिनी पी. मराली

❖❖❖

ये ज़िंदगी तूने खून लेकर दिया कुछ भी नहीं
मेरे लिये तेरे दामन में क्या कुछ भी नहीं?
अगर चाहे तो इन हाथों की आप तलाशी ले लो
इन हाथों में लकीरों के सिवा कुछ भी नहीं।
या खुदा अब के ये किस रंग मे आई है यह बहार
मुरझाए हुए पेड़ों पर हरियाली कुछ भी नहीं
यह दिल भी जिद पर अड़ा है किसी बच्चे की तरह
या तो सब कुछ इसे मिल जाए या कुछ भी नहीं।
ये जिंदगी तुझ को जी लिया है कोई अफ़सोस नहीं
और ज़हर खुद मैने पी लिया है कोई अफ़सोस नहीं
मैंने मुजरिम को भी मुजरिम नही कहा इस दुनिया में
बस यही जुर्म किया है मैने कोई अफसोस नहीं।
एक लमहे में सिमटकर आई है यह सफ़र बनकर "ज़िंदगी"
इस तरह पहरों में तुझे सोचती रही मैं ज़िंदगी
अजब यह जिंदगी कैद है और इस में कैद है
दुनिया का हर इनसान रिहाई माँगता है
इस ज़िंदगी से और फिर
रिहा होने से डरता है यह इनसान।

English Poetry Collection

Voice of the judge

Judging the English poetry submissions at the Hubballi Poetry Festival was an enriching and memorable experience. The poets of Hubballi showcased powerful imagination and heartfelt expression—each poem shining uniquely, making the selection process beautifully challenging. The city's vibrant artistic spirit was evident in every line, and I was truly impressed by the passion and creativity displayed by the participants.

—Judge
Dr. Abhishek Tippa,

THAT DAMN FLOWER!

Submitted By: Ram Anoo Anand

❖ ❖ ❖

That damn flower! with its beautiful
woes and crimson so bright i could almost cry.
That damn flower! out of my reach,
perched high on a branch.
Perhaps I would brew it into tea,
Or better still fall in love.
Perhaps I would die from drinking its poison;
But that damn flower! is who i want,
for its tales belong to me.

THREADS OF LOVE

Submitted By: Ruha M Badami

❖ ❖ ❖

In twilight halls where memories reside,
Two shadows stand, the universe's guide,
Hands that held me through life's stormy sea,
Mom and Dad, the anchors of destiny.

In every breath, their sacrifices speak,
A love that's given, no conditions seek,
Like Ganga's flow, their devotion pure,
A bond that's timeless, forever secure.

STILLNESS

Submitted By: Anjali Rangadham

❖ ❖ ❖

Holy land of Stillness,
My destination for awareness,
You are the land I visit often.

My abode of tranquility,
A place of sanctuary.
The fertile land that bestows upon me,
the seeds of ideas
I am yet to birth into MY world -
The images I am yet to paint,
The words I am yet to write,
The conversations I am yet to have.
The creations yet to be birthed into life.

Clouds of grey despair and self doubt passes by,
My mind-body- soul aligns,
A rainbow begins to light up my internal sky

THE CHILD IN ME

Submitted By: Sakshi Belgaumkar

❖ ❖ ❖

To the child I once carried within,
you mistook your stillness for absence,
your solitude for emptiness.
But even then, you were a quiet cathedral
— holding echoes only you could hear.
Every hesitation, every fracture
was merely the architecture
of a stronger becoming.
And now—
I speak with the voice you silenced,
I walk with the spine you bent,
I bloom in the space you once feared.
You were not a shadow waiting for light—
you were the light,
learning its own name.

THE UNSEEN PATH

Submitted By: Vivekanand Sadurla

❖ ❖ ❖

Beneath the sky so vast and wide,
There lies a road where dreams reside.
No maps to guide, no signs to show,
Yet hearts that seek will always know.

It whispers soft in winds of night,
A call to walk beyond the sight.
Though shadows stretch and doubts may rise,
Hope flickers bright within the skies.

Each step unknown, yet deeply true,
The path is built by me and you.
Not paved in stone, but faith and grace,
A journey carved through time and space.

The unseen path is never gone,
It waits for souls to walk upon.

THE FAULT IN OUR STARS

Submitted By: Dr. Shraddha N R

❖ ❖ ❖

The fault in our stars
As I gaze the moonlit sky,
Mind ponders down a bit
How peaceful is the stary sky
Sparkling stars in moonlight peace

I wonder then is my being,
Worthwhile any
For I find myself nowhere

For if fatelines are
a truesome treasure
Fate wasn't meant to be but this

The fault in my stars
Why then a magical life,
Ohh I think
Alas the fault in our stars

So if fate means You to lose
Give it the hardest fight
The fault in our stars

Victory belongs to the man
with daring dreams
The fault in our stars

THE SHOWER OF BLESSINGS

Submitted By: Preeti Pradeep Indikar

❖ ❖ ❖

The rain in the evening today,
Balanced the stress of the day,
The pleasant breeze;
as calling for the mind's joy,
Is a shower of blessings to enjoy.

The trees in the field;
sing the song of the tender,
Pay a gratitude,as lucky to wonder!
And pray the Lord to pour more,
As this is the shower - not to ignore.

The sprinkles of the sacred pour,
Is the heavenly openings of the glee door,
Blessing the whole world with the precious gift,
Yes! This rain is the shower of blessings to lift.

TREASURE HUNT

Submitted By: Dr. Rashmi Angadi

❖ ❖ ❖

Along life's road I found a friend;
Who brought me joys untold;
A happiness to fill my heart;
More valuable than gold.

Along life's road I found a dream;
A guiding light, a gentle beam;
It whispers softly, night and day,
Leading my spirit on its way.

Along life's road I found a song;
A melody that plays along;
Each note a step, each chord a friend,
A harmony that will not end.

Along life's road I found the grace;
In every trial, a warm embrace;
A strength to rise, to face the storm,
transforming chaos into calm.

APPA'S WORDS ECHO

Submitted By: Shivakumar U Ganachari

❖ ❖ ❖

The classic words of Appa
Connected now more than
The earlier days. Educated to
Walk on the self-discovered path
Appa said, Competition a mother of
Annihilation; don't enroll
Divine blessed bliss life
Live with unconditional Love
Education on English a torchbearer
My thirst for reading, firm footing
Encouraging for endless knowledge
Appa's Words Echo in the destined journey

ONE EARTH, ONE CHANCE

Submitted By: Aasiya Bepari

❖ ❖ ❖

God sent us to this beautiful world,
But through our mischief, chaos unfurled.
We must unite to protect our land,
Be responsible - our future's in hand.
Global warming is our greatest bane,
Reduce, Reuse, Recycle clean the stain.
Stop polluting our priceless Earth,
Reduce destruction - know its worth.
Stop the wars, let peace begin,
To save the Earth - all within.
Let's stand up and do our part,
Saving Earth comes from heart.

LADY WITH A LAMP

Submitted By: Sharada N

❖ ❖ ❖

Beauty with brains
So daring yet so charming
Ah! Beautiful are you,
Beautiful in mind,
Beautiful at heart
Ah, Goddess touch, you inspire me
You are the light of my world
Awe you are strength embodied
Life flows through you,
a rare gem of a person
You fight the world for justice
Yet seemingly powerful
You portray a Graceful persona
With a kindness touch
Oh what greater then kindness be
In this merciless world
Often you walk a lonely path,
You are a warrior strong bravo
An embodiment of intellect , beauty,
Power, truth and justice, Glory to you

HER VOICE

Submitted By: Sanvi S Vaidya

❖ ❖ ❖

Her voice echoes through out the night
A melody so pure it feels so right
Her heart beats fast , her soul takes flight
As she sings , the stars shine bright
Oh her with voice so sweet
You sing your heart out to the rhythm of the beat
Your passion shines
With every note she pours her soul
Her music whispers secrets walking sprits whole
In harmony she finds her peace

ALL I SEE IS YOU

Submitted By: Hrutika R Malagatti

❖ ❖ ❖

You once told there shouldn't be reason to love someone,
For when reason fades, the love fades too.
And so I followed your words.

I did not fall for your charm, but for the real you.
I don't want you to accept me out of pity,
But to accept me with your heart.

You may never see me, but all I see is you.
You want a world tour to explore the world,
But I just want a moment with you to explore my world.

My love never ends here, my winter bear.
You never walk alone, because I'm with you.
If you want, you can find me in the wind, in the light,
In the stars and in the storm.
All I know is just—I love you, my bear.

YOU WILL FORGET, AND I WILL TOO.

Submitted By: Shravani S

❖ ❖ ❖

You will forget, and I will too.
But tonight, as I lie on my bed
collecting the ghosts
of every name that's every passed through me
like the wind through an open window.
I press their faces into the corners
of my mind, faces of them all.

I try to keep them alive in ways
I'm too ashamed to accept.
I look at alike faces twice,
a small flicker of hope,
just enough to light a matchstick,
that they're someone I once knew.
My eyes linger longer than they should,
searching for something familiar,
a laugh, a whisper of my name,
or a story I once belonged to.

And every time, the stranger
remains just a stranger.
But for that breath between
recognition and reality, they are them.
They are everyone I've tried not to forget.
Am I alive too?
Am I alive in the strangers they see,
things they do and the thoughts they think?

THE GLOW THAT OUTLIVES STARS

Submitted By: Ritesh R Dyaberi

❖ ❖ ❖

Your eyes are deeper than the ocean
Where I wanna drown in forever
Just like pearls in ocean
Your eyes are rare & one of a kind!

The stars & the moon in the sky at night
Look at you & feel small
Wondering how someone could look so perfect?
They are jealous that they can't match your glow

In the world of gem
You are the Kohinoor diamond, precious & hard to find
The fact is you are rarer than the world has ever known
A priceless gem that I'll always adore

Your beauty feels carved from heaven above
You are the poetry written by god himself
& I'm the only lucky one reading every line of it

Even if I get ocean water as ink
and sky as the paper
Still it would not be enough to explain
What you mean to me exactly!!!

THE MEN WHO MADE IT

Submitted By: Aryan P Janadri

❖ ❖ ❖

I never saw the chains they broke
But in my books , their stories spoke,
They marched with fire , and with pain
And still they smiled through loss and rain.

No superpower , and none with gold
Just hearts the best to be bold,
they dreamed about when we are free
And wrote that dream for you and me.

Their rules were abolished
And got what they wished
Here came the final blow
The freedom was about to flow.

Now freedom stands in our hands today,
To guard it well in every way.
Their sacrifice we shall repay,
By keeping their dream alive each day.

IN HIS EYES I'LL RISE

Submitted By: Gouri Mahadev Habib

❖ ❖ ❖

I was born under bright hospital lights,
And just like that joy lit up his eyes,
He smiled wide " it's a girl " with heart full of pride.

To goddess Parvati they went with grace,
And "GOURI" was chosen a name full of faith.

Life tested him, storms unspoken,
But he stood tall never broken.

He saw in me a fire, a spark so wide,
A daughter who would walk forever by his side.

To me success is not just fame or gold,
But giving comfort when life is cold.
Through every struggle I'll stand and fight,
To make you proud Dad, that's my light.

You Mr. MAHADEV HABIB my guiding star,
In your honor I'll go far.

THEY SAY, IT'S SIMPLE.

Submitted By: Avani Sattur

❖ ❖ ❖

What causes pain of the heart?
A chaotic mind, or a path you're unable to find.
Or is it the uncertainty of whether
it's okay to aim beyond your line.

Is it the attempted failures that you regret,
Or is it the shame of the envy that made you upset.

Is it the almost success that was snatched,
Or is it the fear that the chemistry goes unmatched.

Is it nervousness of change, or because all is simply deranged.
Is it the fact that you're only 20, or that you're already 20.

No control, no power. Or is it because everyone
else seems to be the rain that easily showers.
Is it the empty walls, Or the loneliness
while managing the little falls.
Is it that all the hardships feel unnecessary
Or since now there is no sanctuary.
Is it the tingling of the hand Or
the tiredness of homing an unknown land.

But what causes the pain of the heart?
They say, it is simply blood that doesn't flow;
To the place where every beat seems to run the show.

THE CYCLE OF EMPTINESS

Submitted By: Spoorti Sajjan

❖ ❖ ❖

In the moon's pale light,
Tears bleed like ink on a paper worn
Under the moon gaze, i confront the shadows within
On how reality tends to treat me
A weight that presses down on me.

Exhausted from the endless loop
Chasing the same prize, a hollow victory
The monotony numbs my soul,
A never-ending cycle of mind
Blinded by the pace, following the herd.

My heart yearns for something more,
Something that sparks delight
When did we trade our dreams for the emptiness of fame?
There's more to life than daily grind
When do we stop and listen to our soul?

UNTIL NEXT TIME

Submitted By: Preity Pathare

❖❖❖

No, don't stare at your watch
It shouldn't tell us where to be.

Let's get lost in memories and plots,
as I hold your hand in a silent plea.
Let's pick books and smell the pages,
as we recount promises.
Let's walk like we don't know direction,
like time is a gentle being.
Let's not run away to shelter
from the rain like last time;
Let the raindrops fill us
with languid laughter next time.

Time cheats me, dare it own us?
Why can't you have nowhere to be?
I want to stay for a while, won't you agree?

WHEN CRADLES CRY

Submitted By: Chaitra Raj Divate

❖ ❖ ❖

In the middle of the night with the yellow dim light
He is rocking her to sleep in-spite, as I sleep half-awake in quite
She is squeezed within the hereditary old cradle
Her voice feeble as a towel binds her arms by side

It's isn't his fault, She doesn't sleep before the midnight bells
His mobile runs short, frustration swells and her cries in endless knells
The mother within me is battling to see hers' struggling
Yet the weary me begins to fall from the everyday chaos shattering

Her struggles, twists and suffocation, lost beneath his domination
Hey, she needs liberation, why can't he see the situation?
Just sleep, it's her routine! Don't create a scene, my queen.
Her eyes plead & lips sore but he continues to rock, she is in pain

Now, she cries with breath-holding, I rise at last my spirit shaking
He stops cradling and unfolding, The 'MOM' within me awakening
Hold her gentle with love to dwell, she needs your care to feel all is well
She is our 'DAUGHTER', hold her near your heart, only love brings a healing spell.

TRAGEDY OF A PAPAYA

Submitted By: Ajit V Godakhindi

❖ ❖ ❖

Two years ago, unseen,a sapling stood in the corner of an empty plot.
Food waste piled near its roots— yet no one noticed its quiet growth.
A slender stem rose, crowned with a graceful crown of leaves.
It asked for nothing— no water, no manure, no guard.
Unafraid of cows, pigs, strays, or storms, it simply lived.
Half a year passed.Flowers bloomed, tiny fruits appeared,
Green turning to gold, sweetness ripening for all.
The papaya knew no language, no caste, no religion, no region.
Neighbors plucked its gifts one by one, smiling at its sweetness,
One year passed—the tree grew tall, against all odds,
its treasures beyond easy reach.
Greedy hands stretched, sticks struck, and the lean trunk broke.
Now the papaya lies uprooted,
its life ended not by storms or drought, but by the very ones it fed.
A silent death, the tragedy of a beautiful selfless tree.

CHOICES BURNT

Submitted By: Tejas D Garag

❖ ❖ ❖

The candle was willing to lighten up my room,
but a sudden shiver ran down my spine,
remembering how the rancid
kerosene burnt everything-
to the last tile.

Now all I find is-
it was never the oil;
but my dumb choice of using it
brought me this turmoil.

The poor candle's potential,
capable of spreading its warm rays,
was thrown on the shelf,
tied with lace.
The doubt in my own choices didn't let it rise
above my shadowed days.

EVERLASTING LOVE

Submitted By: Ritika R Vernekar

❖ ❖ ❖

He said I was lost in a fairytale,
Clinging too tightly to a happily ever after.
But he shattered those tender dreams ,
With nothing more than his careless words.

He walked away without grief,
without remorse,
While I remained,

Haunted by the promises we made,
Beneath that tree where love once bloomed.
And still it's branches whisper,
A cruel reminder of the vow we swore,
Of our everlasting love.

CAN YOU BE THE CANDLE

Submitted By: Shreya S.L

❖ ❖ ❖

I am drowning under a deep sea.
can you dive into the water and rescue me?
If yes then jump,
jump into the ocean of thoughts in which I am inhaling.
I am in the room, that has no door.
can you Leap into the dark room,
where there is no hope of light,
but the blackness all over?
Why, why can't you see me,does the Dimness shed your eyes too?
I am waiting for your hand ,can you reach me soon?
Let me know if you still want to save me,
even after realizing the clouds that burst like flood in which I am swimming.
The snow flakes are hard like stone,the snow fall is too warm to resist.
I am no more a human ,turned into the vampire of overthinking.
Can you still clean the dust of words in my head?
And can you be the candle which brightens my life ?

HAPPINESS DEPENDS ON YOU

Submitted By: Trishelle Amanda Silveira

❖❖❖

When I feel a little sad,
And my day goes slightly bad.
When I\'m feeling down,
And I have a frown.
While on my bed a sadly lay,
I hear a voice inside me say,
Your happiness depends on you,
And snatching it away is something no one else can do.
So turn your frown into a smile,
Cause sadness can only last a while,
It\'s happiness that keeps you going,
And through life\'s river helps you keep flowing.
So keep it close to your heart,
And in life\'s struggles don\'t ever let it part.

A TEACHER'S TOUCH

Submitted By: Brinelle Silveira

❖ ❖ ❖

To each little soul who needs her:
She is the one they call TEACHER.
She gives her intellect, her patience, her all;
That's her passion, her vocation, her call.
The sacrifice she makes, the time she endures
Moulding and shaping a child ,she ensures.
Teaching may be a profession one can pursue;
But real Teachers are very few.
They make their students hope and shine
And encourage them to stand first in line.
They hold on to their hand
And if they fall, they help them stand.
It's a great privilege for us to see;
That a Teacher had once helped you and me.

NOTHING IS ETERNAL

Submitted By: Blessina Peter

❖ ❖ ❖

Nothing is permanent in life.
From the pencil that I'm writing this with,
To the breath that I'm taking.
Everything has an end.

Hundreds of years from now,
Nobody would even know that I existed
Like I don\'t know the people before me.

Everything has a beginning and an end.
And the end would always be bitter sweet,
For some more it\'s more bitter than sweet.

We came into this world with nothing,
And we will leave with nothing.
Money, power or fame
Stops at the doorstep of eternity.

PAPA

Submitted By: Apeksha Pandurangi

❖ ❖ ❖

Behind the rules, behind the glare
Was love so deep , beyond compare

Woke me up with a booming shout
Then tucked me in when stars came out

You frowned at mess and barked al lies
But wiped my tears with softened eyes

You acted tough , a lion's pride
But cried at songs you tried to hide

You taught me strength , you taught me grace
I see your love in every place
No words can match the things you've done
you're my hero , my only one

So here l say , in rhyme and true
Dear papa , I soo soo love you

I BUILT WINGS FROM BROKEN THINGS

Submitted By: Avadhi V Parmar

❖ ❖ ❖

I picked up the pieces the world left behind,
splinters of sorrow, fragments of mind.
The jagged remains cut deep into me,
yet whispered a strength I needed to see.

From broken glass, I gathered the light,
from torn-out hopes, I carved out flight.
Every scar turned into a feathered seam,
every failure stitched into a dream.

I rose from the ruins, trembling but true,
the sky looked different, vast and new.
Not made of silver, not built of gold,
but of stories shattered and courage bold.

Through pain, through loss, through silent springs—
I built my wings from broken things.

CLUTTERED THOUGHTS (HAIKU)

Submitted By: Hemal Desai

❖ ❖ ❖

1> Memories
"The river flows with its melody.
Cutting forests, mountains, carrying sounds of nature
Brings memories, fondness & love always."

2> Rain
"Far clouds in the red sky
Promise shower, rain, hail & farmers delight
Parched earth rejoices with life."

3> Women
"The bedrock of society, Women
Builder, nurturer, torchbearer, yet unrecognised by community
Resilience, thou unlimited, oh Women!"

4> Night
"The melody of the night
Crickets, frogs and a bark once in awhile
I sleep in this melody of the night"

5> Relationship
"Preserve and tread relationships, they are fragile,
if broken mend with golden threads for it to shine
& bring love, care and warmth again!"

LOST IN THE SCREEN

Submitted By: Diksha V Siganahalli

❖ ❖ ❖

Eyes on the screen, day and night,
Friends are near, yet far away,
Laughs and talks slowly fade.

Moments pass, we fail to see.
Drop the phone, look around,
Real-life joys can be found.

Time is precious, don't let it flee,
Live today, not just digitally.

NAVARATRI

Submitted By: Sanvi S Mirajkar

❖ ❖ ❖

Nine nights of dance and delight,
A time when darkness turns to light.
Goddess Durga, a warrior so grand,
With ten arms, a sword in each hand.
Her victories we celebrate with glee,
A triumph of good for all to see.
Garba and Dandiya fill the air,
With swirling colors beyond compare.
The sound of music, a joyful beat,
Dancing feet, a rhythmic treat.
Each night a form of Devi, we adore,
Blessings and strength, we implore.
A festival of faith, a spiritual spree,
Navaratri's magic sets our souls free,
May peace and prosperity
bless you and your family.

PETALS FROM THE COLD

Submitted By: Ishan Sharma

❖ ❖ ❖

Now I am in heaven, writing this poem,
To give a tribute to the powerful one.
To remove the misconceptions told,
He is the one... not misery's hold.

Once someone from somewhere asked me then,
"Who is your friend?" I smiled again.
I went back in time to talk for a while,
To remember his warmth and his silent smile.

He sat and would hear me speak all time,
With him my life felt like a rhyme.
Late night walks with him I used to love,
Without his touch, I still felt chosen above.

One night cold, I hugged him tight,
Tears turned to petals, fading from sight.
O dear... it's my only friend....Death.

THE LAST BELL

Submitted By: Vidhi Jain

❖ ❖ ❖

Every time we cry ,
To say a good-bye
Not all bye's are bad,
But those endings are sad

I Will Never Forget

The laughter in our learning ,
The joy in our mischievous
We are not catching the same train,
But the memories will remain.
On those benches where we screamed ,
And lived our childhood dream.

The ending we never want
The ""bye"" we never thought,
"I want to be in school" I will always say
And that is what I will always pray.

BETWEEN ACHE AND ANSWER

Submitted By: Samridhi Sudan

❖❖❖

Confusion as huge as ocean blue,
Mind craving for a right clue,
Soul doesn't know what to do,
But the heart knows it'll make it through.

Sometimes one just feels like being quiet,
Sometimes one shines like a star bright,
There's so much to express, but all one can do is to write,
Holding onto hope, knowing it'll be alright.

Days feel heavy, night feels long,
The broken voices in the head feels like a song,
In quiet hours, romanticizing solitude,
is exactly where one belong,
But the stillness of time, makes one strong.

KARMA - THE ETERNAL TRUTH

Submitted By: Tanul Kishan Mahajan

❖ ❖ ❖

When life ends, what comes along?
Not money, not fame, not any song.
Even the body we love so deep,
Turns into dust, in silence we sleep.

Why then so much pain and hate?
Why waste our youth on a broken fate?
They call it Kalyug, the darkened age,
But aren't we living a deeper cage?

Once the world was one big home,
Then nations, then families,
where love was grown.
Now youth say, "I'm not even me,"
Lost in habits that steal life's key.

Only one thing will cross this drama,
The truth of life—our deeds, our Karma.
Not wealth, not fame, not even your name...
Only your Karma walks beyond the flame

I'M STILL ALIVE.

Submitted By: Remya Ramnath

❖ ❖ ❖

Hard to believe and trying to believe.
That I'm sorry to say, I'm still alive.
I know I'm there but don't exist anywhere.
Also sorry to bother anyone elsewhere.
Inside the walls, here and there
Me for myself finding time to spare.
Casting my thoughts bare in the air.
Leaving a word, hoping to share,
That I'm still alive inside a square.

ORDINARY TO EXTRAORDINARY

Submitted By: Mruthyunjay C Hemagirimath

❖ ❖ ❖

In beginning you are ordinary,
later you become extraordinary.
All this happened when you join NCC.

You join this for an attraction,
later you become attraction.

Teaches discipline to mould you
and moulded as it is
You learnt how to walk,
now all look at your walks of life.

It developed your personality.
That is NCC.

AN ABANDONED SOUL

Submitted By: Johnson K S

❖❖❖

Moving along my solitary life,
I perceived - to be a vagrant,
never a one to accompany,
neither to label as an offspring.
Those hands that held me once in the bygone days.
have vanished away like a mirage.
Just leaving my shadow behind.

Behind the subtle smile,
had played my role without fail.
The souls which I awaited to be together,
witnessed to turn off my empathy without a grace

Trembling together watching
the changes of colours in you.
Yet, like a tree that lost its leaves
Just dreamt of a life to be sprouted again.

Things to be remembered...
when losing a bond
is more mislay than a lost wealth.
Just try to be a medicine and try to get healed

CATERPILLARS

Submitted By: Prescilla

❖ ❖ ❖

Caterpillars
Green, brown, black or grey
We come in glowing array.
Flightless we begin
But soon we take wings.
Fluttering from flower to flower
Growing radiant each hour .
Chased by little laughter
Every noon hereafter.
Short span of life we say
But we bring delight anyway.
For every eye that see
They find joy for free .
Let mankind be a butterfly
Spreading colour in the world
That sigh.

MY LIFE IN SPACE : MY BIG DREAM

Submitted By: Zoe Vishal Singala

❖ ❖ ❖

I Love to watch the stars at night,
They twinkle above, so clear and bright.
The planets and moons so far, so wide,
Hold secrets and wonders they cannot hide.
One day I'll soar beyond the sky,
An astronaut dreaming, reaching high.
I'll float with joy in zero - weight,
And view the Earth - oh, what a state!
Though space is dark, so cold, so still,
Exploring it gives my heart a thrill.
Can we live on Mars? Are aliens near?
Such mysteries fill my mind with cheer.
I'll learn and read to chase my aim,
To touch the stars and earn my name.
For space, my dream will never fade.

THE TREE

Submitted By: Sujata Pawar

❖ ❖ ❖

A tree that grows,
Shooting skyward—
Reaching for sunshine,
Swaying in the wind.

But before it rises,
It must reach downward,
Into damp and darkness,
Pushing with all its might.

Just like in life,
We must grow within,
Strengthen our roots,
To reach for our dreams.

To earn applause,
To hear the claps,
To taste success
And truly shine—

We must make effort,
Silent, steady, deep,
For only those who strive
Can rise and reap.

ECHOES OF A BROKEN HEART

Submitted By: Tania Noronha

❖ ❖ ❖

I gave you my trust like a flame in my palm,
You held it, then left — the silence wasn't calm.
You kissed me with lies dressed in sweet disguise,
While I memorized truth in the depth of your eyes.

Love wasn't lost — it was carefully buried,
Beneath moments we lived, now broken and hurried.
I search in the dark for pieces of me,
Scattered in places you promised to be.

The nights ask questions the dawn can't explain,
And my heart replies only with rain.
Was I a chapter or merely a page?
A pause in your story or a stage?

Still, I walk — not forward, but through,
Each step a goodbye to the version you knew.
And in the ache, I begin to see —
Even in loss, I am finding me.

I AM TIRED BUT I WON'T STOP

Submitted By: Pruthvi G Byahatti

❖ ❖ ❖

From school and college days,
The day with full of confusions,
With some different people,
With different mindset to end.

Trying in life with full of patience;
Still trying trying with emotions,
Full of frustrations, feelings
Will come to an end.

I am tried with full of patience;
I am tried with full of consequences!
And all these tragedies in life:
Will come to an end.

But I won't stop in life!
Trying-Trying with consequences,
Will lead to beautiful life.

THE LIGHT SHE LEFT BEHIND

Submitted By: Fizra Bagwan

❖ ❖ ❖

My mom was born in a world so cold,
Where girls were weak, that's what she was told.
But her mother loved her with all her heart,
Told her to dream, to make a start.

She wished to study, to be a CA,
Yet they said girls should just obey.
Books came briefly, but hope stayed bright,
She held her dream through every fight.

Marriage came, and life turned hard,
Her in-laws hurt, left scars and shards.
Through pain she stayed gentle, kind,
With love and courage in her mind.

She gave me hope, she gave me light,
I'll live her dream, I'll shine so bright.

MOTHER

Submitted By: Geeta Hiremath

❖ ❖ ❖

Creation of God who Can create,
nurtured in her womb for months
who else can it be other than a mother

The time she knows there is a mini within,
joyous moment for the win win
Mind it, care it, move it for every action,
because she knows the impact on the mini within

Every month passing by, challenges she faces,
none can match her pace
Morning sickness to backache, nothing bothers,
but a smile on her face

Last days of her creation,
like the sand sliding the hour glass
It's the second birth for her,
for she has gone through hell and heaven

Still so wonderful is the journey,
so fruitful is the walk
She knows her mini within,
now will walk out and make her proud
Care the creator and the creation of the creator

WHY IS THE WORLD LIKE THIS?

Submitted By: Poornashree S Hosur

❖ ❖ ❖

Why is the world like this?
Always judging, always fighting,
For God knows what for they fight,
For every day and night,
I reckon it's about the unsolved problems.
Why the world cannot fight upon things
about education,
Why not fight upon working with
Dedication,
Appoint only educated ministers,
Never get dumb my sisters,
Why not do things to improve the
country,
Why not discuss the policies of a
monetary?

I AM YOURS

Submitted By: Aarna Basavaraj Angadi

❖ ❖ ❖

I have been broken more times than I can name,
Every dream I touched dissolved into flame.
Promises faded, voices grew cold,
Till nothing was left for my heart to hold.

But in the silence where hope had died,
I heard your whisper deep inside.
Not in the thunder, not in the skies,
But in my tears, you opened my eyes.

I no longer cling to what will decay,
I trust in your plan, come what may.
For though the world has let me fall,
In your hands, I have it all.

I am not lost, I am not alone—
I am yours, completely, wholly, known.

THE INVESTOR'S JOURNEY!

Submitted By: Vinayak Savanur

❖❖❖

Every journey begins with a single choice,
A seed planted today, a future's voice.

Equities rise, equities dip, the market sways,
Yet time and patience light the long-term ways.

A crore isn't magic, it's years in disguise,
Small steps, steady hands, and disciplined eyes.

Financial goals are stars, guiding each move,
Each investment a note in a symphonic groove.

Compounding whispers in silence and time,
Turning simple efforts into mountains that climb.

The common man, with courage and care,
Can craft wealth beyond imagination, rare.

Invest with heart, invest with mind,
And watch life's treasures beautifully align.

Numbers tell stories,
they chart the path from effort to reign.

Rostrum

ROSTRUM
DIARIES

Festival Curator

Festival Sponsor

Sapna®
Since 1967
India's Largest Book Mall

Our Supporters

Indian
Poetry Society

Unveil the POET in you!
Indian
Poetry Festival

IWF
India Write Fest

rostrum
publications

ನೀವು ಬರೆಯಿರಿ, ನಾವು ಪ್ರಕಟಿಸುತ್ತೇವೆ .

ನಾವು ಕವನ ಸಂಕಲನಗಳನ್ನು ಮತ್ತು ಕಾದಂಬರಿಗಳನ್ನು ಪ್ರಕಟಿಸುತ್ತೇವೆ.

ಇಮೇಲ್ ಐಡಿ : rostrumdiaries@gmail.com

ಇನ್‌ಸ್ಟಾಗ್ರಾಂನಲ್ಲಿ ನಮ್ಮನ್ನು ಅನುಸರಿಸಿ

www.instagram.com/rostrumdiaries